D1763702

அவதரிக்கும் சொல்
டி.எஸ்.எலியட் கவிதைகள்

நம்பி கிருஷ்ணன்

யாவரும்
பப்ளிஷர்ஸ்

The views and opinions expressed in this book are the author's own. The facts contained herein were reported to be true as on the date of publication by the author to the publishers of the book, and the publishers are not in any way liable for their accuracy or veracity.

- அவதரிக்கும் சொல் • கட்டுரைகள் • நம்பி கிருஷ்ணன் ©
- முதல் பதிப்பு : டிசம்பர் 2022
- Avatarikkum col • Essays • Nambi krishnan ©
- First Edition : December 2022

- Pages : 190 • Price : ₹ 230/-
- ISBN : 978-93-92876-35-6

Released by :

M/s. Yaavarum Publishers
24, Shop no - B, S.G.P Naidu Complex,
Dhandeeswaram Bus Stop
Opp: Bharathiar Park
Velachery Main Road
Velachery, Chennai - 600 042

90424 61472 / 98416 43380
editor@yaavarum.com
Url : www.yaavarum.com; www.be4books.com

Illustrations by Artist **V. Jeevananthan**

Desinged by :

Y Creations

All rights, including professional, amateur, motion pictures, recitation, public reading, broadcasting and the rights of translation into foreign languages are strictly reserved. No part of this book may be reproduced in whole or in part or utilized in any form or by any means electronic or mechanical, including photocopying, recording or by any information storage and retrieval system now known or hereafter invented, without the prior written permission of the author/ publisher.

அவர்கள் எதிர்பார்ப்பதை விட குறைவாகவே நான் அன்புகாட்டும் என் பெற்றோர் தோத்தாத்திரி, மைதிலிக்கும்

நான் எதிர்பார்த்ததை விட அதிகமாகவே அன்புகாட்டி மறைந்த என் சித்தி சித்ராவிற்கும்

படைப்பின் மீது பாய்ச்சப்படும் வெளிச்சம்

1

தமிழ் மட்டுமே அறிந்த ஒரு வாசகரின் பிரக்ஞைக்குள் டி.எஸ்.எலியட் நுழைவது, க.நா.சு.வின் 1959 சரஸ்வதி ஆண்டுமலர் கட்டுரையின் வழியே என்றுதான் எண்ணுகிறேன்: 'டி.எஸ்.எலியட் என்பவர் புதுக்கவிதை ஆங்கிலத்தில் எழுதுகிறார் என்றால், அவர் இன்றைக்குரிய ஒரு கோணத்தில், ஒரு முகத்தில் நின்று இன்றைய வசன கவிதை நடையை மேற்கொண்டு பேச்சுச் சந்தத்துக்கிசைய கவிதை செய்கிறார். இடைக்கால மரபுகளைப் புறக்கணித்து விடுகிறார். ஆனால் பழைய இலக்கண மரபை அவர் அப்படியே கொள்வதும் இல்லை. இன்றையப் பேச்சு வேகத்துக்கேற்ப சொல் என்று மக்கள் வாயில் வழங்குவதன் கவிதை செய்கிறார்.'

எலியட் மறைவதற்கு ஆறு ஆண்டுகளுக்கு முன், அவரை இவ்வாறு எளிய முறையில் தமிழ் வாசகருக்கு அறிமுகம் செய்துவைத்திருக்கிறார் க.நா.சு. பெரும்பாலும் ஆங்கிலக் கல்விப் புலத்தினுள் அடைபட்டவராக இருந்த டி.எஸ்.எலியட்டின் கவிதைகள் குறித்த விரிவான தமிழ்ச் சித்திரம், பிரம்மராஜனின் 'மீட்சி' டி.எஸ்.எலியட்டின் நூற்றாண்டுச் சிறப்பு மலரில்தான் காணக் கிடைக்கிறது; 1988 நவம்பரில் வெளிவந்த அந்த மலர், 'சேகரிப்பாளரின் ஏடு' என்று சொல்லத்தகுந்தது. 'டி.எஸ்.எலியட் கவிதைகளின் நவீனத்துவம்' என்ற பிரம்மராஜனின் குறிப்பிடத்தக்க கட்டுரையுடன் எலியட்டின் முக்கியமான கவிதைகளின் பலரது தமிழ் மொழிபெயர்ப்புகளும் அந்த மலரில் இடம்பெற்றிருந்தன. அதற்குப்பின் எலியட் பற்றிய சிறிய பதிவுகள் இருந்திருக்கக்கூடும். ஆனால் எலியட் கவிதைகள் அனைத்தையும் அடக்கிச் செய்த முழுமையான தமிழாய்வு என்பது, 'அவதரிக்கும் சொல்: டி.எஸ்.எலியட் கவிதைகள்' என்ற நம்பி கிருஷ்ணனின் நூலே என்று எண்ணுகிறேன். தமிழ் வாசகருக்குப் புதையலெடுத்த தனம் போல் கிடைத்துள்ள முக்கியமான எலியட் இலக்கியப் பதிவு இது. இருபதாம் நூற்றாண்டின் தலைசிறந்த ஆங்கில மொழிக் கவிஞர்கள் இருவரில் ஒருவரான (இன்னொருவர் டபிள்யூ.பி.யேட்ஸ்) எலியட்டின் கவிதைகள், அவற்றைப் பூரணமாக அறிந்துகொள்ள விழையும் தமிழ் வாசகரைச் சென்று சேர்ந்திருக்கின்றன, என்று சொல்லத் தோன்றுகிறது.

உரையாசிரியர் நச்சினார்க்கினியரைப் பற்றிக் குறிப்பிடும்போது தொல்காப்பியம், சீவகசிந்தாமணி போன்ற பெருநூல்களுக்கு உரை எழுதும்போது அவற்றை முன்னும் பின்னும் சிங்க நோக்காகக் கண்டு, முழுநோக்குடன் விளக்கியவர் என்று சொல்வதுண்டு. அத்தகைய முழுமையான பார்வை, நம்பி கிருஷ்ணனிடம் செயல்படுவதை இந்தக் கட்டுரைகள் உணர்த்துகின்றன. உன்னத்திற்கான ஆயத்தங்கள் தாம் எலியட்டின் ஆரம்ப காலக் கவிதைகள் என்றாலும் 'டி.எஸ்.எலியட் போன்ற பெரும் ஆளுமைகளின் கலையில் முன்னேற்றம் போன்ற பரிணாமங்களை வரையறுப்பது சற்று முட்டாள்தனமாகவே இருக்கலாம்' என்று எச்சரிக்கிறார் நம்பி. ஏனென்றால் அவரது தொடக்க காலப் படைப்புகளிலேயே ப்ரூஃப்ராக் போன்ற படைப்பும், அவரது மத்திய காலப் படைப்புகளில் பாழ்நிலம், சாம்பல் புதன் போன்ற பெரும் படைப்புகளும் இடம்பெற்றிருக்கின்றன என்பதைச் சுட்டிக்காட்டுகிறார். அவற்றுக்கெல்லாம் பின் வந்த, நான்கு குவார்ட்டெட்டுகளை எலியட்டின் மகோன்னதமான சிருஷ்டியாகச் சரியாகவே அடையாளப்படுத்துகிறார். அது குறித்த இறுதிக் கட்டுரையே இந்தத் தொடரின் மகுடமாகவும் அமைந்து விட்டிருக்கிறது. உருவத்தையும், உள்ளடக்கத்தையும் மிகச் சரியாக உள்வாங்கிப் பிரதிபலிக்கும் கட்டுரை அது.

புத்திசாலித்தனத்திலிருந்தும் கசப்பிலிருந்தும் வெளிவந்து முதிர்ச்சியையும் கனிவையும் எய்திய நிலையே நான்கு குவார்ட்டெட்டுகள் என்றும், எலியட்டின் அனைத்துக் கவிதைகளும் அதை நோக்கியவையே என்றும் கருதுவதற்கு இடமுண்டு. 'போகின்ற காலங்கள், போய காலங்கள், போகு காலங்கள்' அனைத்தையும் குறித்த அந்தத் தியானக் கவிதைச் சரம், விரிவான விளக்கங்களுடன் வாசகர் முன் வைக்கப்பட்டிருக்கிறது. அதன் நுட்பமான இசைத் தன்மை பற்றி ஹெலன் கார்ட்னர் தம்முடைய 'எலியட்டின் கலை' என்ற நூலில் (அது நான்கு குவார்ட்டெட்டுகள் பற்றிய ஆய்வில் தொடங்கி, அதிலேயே நிறைவடைகிறது) குறிப்பிடும்போது, பீதோவனின் இறுதிக் குவார்ட்டெட்டுகள் போல, எலியட்டின் நான்கு குவார்ட்டெட்டுகளும் இசைக்கு அப்பாலான பிரதேசங்களில் பயணிக்கிறது என்கிறார். இந்தப் பயணத்தை மிக விரிவாக எடுத்துரைக்கிறார் நம்பி.

நலக்குறைவிலிருந்து நலத்துக்கு, இருளிருந்து வெளிச்சத்துக்கு அழைத்துச் செல்லும் இசை ரீதியான உருமாற்றம் இவ்விரண்டு குவார்ட்டெட்டுகளுக்குமான பொதுப்பண்பு என்பதை மிகச் செறிவான மொழியில் விளக்குகிறார். பர்ன்ட் நார்ட்டன், ஈஸ்ட் கோக்கர், ட்ரை சால்வேஜஸ், லிட்டில் கிட்டிங் — என்னும் நான்கு கவிதைகளும் ஐந்து அசைவுகளாகக் கட்டப்பட்டு இருப்பதையும், ஒரு இடத்தில் ஒரு

புள்ளியிலிருந்து தொடங்கிப் பரவெளியையும் காலாதீதத்தையும் நோக்கி அவை விரிவதையும் நுட்பமாக வாசகருக்குத் தெரிவித்துவிடுகிறார். அவருடைய மொழியும் அதற்கேற்ப விரிந்து கொடுப்பதை வியப்புடன் நோக்குகிறோம். உணர்திறனும் மொழித்திறனும் முயங்கும் நிலை அது.

3

'இது வாசக சப்தம், இது வாச்சியப் பொருள் என்ற அளவில் நிற்பவர்களுக்கு, காவிய தத்துவமான தொனிப் பொருளை மீண்டும் மீண்டும் தேக்கி அனுபவிக்க இயலாதவர்களுக்கு தொனி என்பது புரிபடாமலே போய்விடும்' என்கிறார் ஆனந்தவர்த்தனர். எலியட் கவிதைகளின் தொனிப் பொருளைத் தமிழ் வாசகர் உணர்ந்து, தம்முள் தேக்கி அனுபவிக்க உதவுகின்றன நம்பியின் கட்டுரைகள். 'கண்ணாடியில் பிம்பம் விழும் த்வனிகூட எனக்குக் கேட்கிறது' என்ற லா.ச.ரா.வின் சொற்கள் நினைவில் அலைகின்றன. 'சிறு கிழவன் என்று பொருள்படும்' கெரோண்டியன் கவிதையின் நுட்பச் சாயைகளை நம்பி விளக்கும் பகுதி தொனி விளக்கமாக அமைகிறது. 'நீடிக்கும் கடந்த காலத்திற்கும், கெரோண்டியனின் இல்லத்தைப் போல் சீரழிந்து கொண்டிருக்கும் நிகழிற்கும் இடையே உழலும் விழிப்புணர்வே கெரோண்டியன் கவிதை என்று நாம் அர்த்தப்படுத்திக் கொள்ளலாம்' என்று தொடங்கி அந்தக் கவிதையில் இழையோடும் தொனிப் பொருளைத் தெளிவாக விளக்கிச் செல்கிறார் நம்பி. அந்தக் கவிதையில் தொனிக்கும் யூத வெறுப்பையும் பதிவு செய்யத் தவறவில்லை அவர். பொதுவாக இந்தக் கட்டுரைகளை ஒருமுறை படித்து விட்டு, எலியட்டின் கவிதைகளை மூல பாடமாக வாசித்துவிட்டு, மீண்டும் இந்தக் கட்டுரைகளுக்குத் திரும்புவதன் மூலம் எலியட் கவிதைகளின் உட்பொருளைத் தமிழ் வாசகரால் உணரமுடியும் என்று தோன்றுகிறது. குறிப்பாகப் பாழ்நிலம் நீள் கவிதை இத்தகைய சுழல் வாசிப்பின் வழியே பல்வேறு அர்த்த அடுக்குகளை வெளிப்படுத்தக் கூடும். 'வெறும் சந்தமயமான முணுமுணுப்பு' என்று அந்தப் பெருங்கவிதையை அவரே பிற்பாடு புறந்தள்ளிய போதிலும்.

4

டி.எஸ்.எலியட் கவிதைகளின் சாயை கொண்ட சில தமிழ்க் கவிதைகள் பற்றிய நம்பியின் அளவான பதிவுகள் குறிப்பிடத் தகுந்தவை. உன்னதத்திற்கான விழைவை, நகைமுரண் முகமூடிகளைக் கொண்டு அடியறுக்கும் எலியட்டின் தொடக்க காலக் கவிதைப் போக்கை, கவிஞர் இசையிடம் காண்கிறார் நம்பி. அவரது 'காவிய டப்பா', 'ஹஸ்தினாபுரம் ரயில் வண்டி' போன்ற கவிதைகளின் வரிகளைதக் கொண்டு இதை விளக்குகிறார். புத்திசாலித்தனமான இலக்கிய வரலாற்று நகலித்தல் என்பது ஒரு கட்டத்தில் எலியட்டின் கவிதையில் உறுத்துவதாகவும்

அமைந்துவிடுகிறது. எலியட்டின் புதுமைகளைத் தன் அபாரமான நீள்கவிதைகளில் முயன்று பார்த்த சி.மணியிடம் இந்தக் குறையைக் காண்கிறார் நம்பி. 'கம்பராமாயணம், திருவாசகம், நற்றிணை அல்லது கலித்தொகை வரிகளை, முடக்கப்பட்ட பாலியல் விழைவுகள், அவற்றைக் குறித்த குற்ற உணர்வுகள் என்று அவர் பட்டியலிடும் நவீன ஒப்புதல் வாக்குமூலங்களில் இனங்காணும் வாசகன், அவற்றின் அதி புத்திசாலித்தனத்தைப் புன்முறுவலோடு ரசிக்கிறானே ஒழிய, அவற்றால் அவன் பதற்றமடையவில்லை என்ற நம்பியின் அவதானிப்பு கூர்மையானது. அது போலவே, கவிதை என்பது நிதர்சனத்தைக் காட்டிலும் மேலானதொரு மெய்ம்மையை அடைவதற்கான உத்தி என்பதை விளக்கும்போது, குறுந்தொகைப் பாடலின் காதல், நம்மாழ்வாரின் திருவிருத்தப் பாடலில் அடையும் உருமாற்றத்தை இணைத்துக் காட்டுவதும். இவையெல்லாம் தமிழ் கவிதை வாசகருக்கு எலியட்டின் கவிதையியலை நெருக்கமாய் உணரவைக்கிறது.

இக்கட்டுரைகளின் அடர்த்தியான, அதேசமயம் கவனமாகப் படித்தால் வாசிப்பு இன்பத்தை அளிக்கத் தவறாத, மொழி குறிப்பிடப்பட வேண்டிய ஒன்று.

'நகைச்சுவை மிளிரும் கற்பனைமிக்க புத்திசாலித்தனத்தின் உச்சத்தை அதன் பிறழ்வுகளுடன் மிகலாகவமாகக் கைப்பற்றி, தெருவின் தாளங்களை மேட்டுக்குடி வரவேற்பறைக்குள் கொண்டுவந்து, அவை இரண்டையும் அதன் இனிமையான இசையைக் கொண்டு ஒரு தள்ளிழுவை இறுக்கத்தில் வைத்திருப்பதே ப்ரூ்ஃப்ராக்கின் காதற்பாடலைக் குறிப்பிடும்படியான கவிதை ஆக்குகிறது.' என்ற நம்பியின் இந்த நீண்ட வாக்கியம், சுருள்தொடர்களால் அமையாமல் அதன் விரிந்து முன்செல்லும் தன்மையால், நுட்பமான பல தகவல்களைச் சற்று கவனமாகப் படிக்கும் வாசகருக்குக் கடத்திவிடுகிறது (அவர் அதைச் சிறு அலகுகளாகத் தன் மனத்தில் பிரித்து அமைத்துக் கொள்ளலாம்). அர்த்தக் குழப்பத்துக்கு இட்டுச் செல்லக்கூடிய நீள் வாக்கியங்களைச் சரியான இடத்தில் சமன்செய்து முடிக்கும் மொழிச் சாதுர்யம் நம்பிக்கு இருக்கிறது. சாதுர்யத்துக்கு அப்பால், சொற்களில் அடங்கமறுக்கும் விஷயங்களை அவற்றின் நுனிவரை சென்று சொல்லப் பார்க்கும் பிடிவாதமும் மொழிவலுவும். மேலும் சுய அனுபவப் பகிர்தல், மெல்லிய நகைச்சுவை இவற்றின் மூலம் ஆய்வின் இறுக்கத்தைத் தளர்த்தி வாசகருடன் உரையாடும் எளிவந்த தன்மையும்.

5

அவருடைய மொழி வசீகரத்துக்குச் சில பத்திகளையே எடுத்துக் காட்டலாம் என்ற போதிலும், சில சிறிய வாக்கியங்கள்:

‘பிரசங்கம் கூறுவது போல் விழைவு தோல்வியுறுகையில் வெட்டுக்கிளி கூட ஒரு பாரமாக இருக்கிறது.’

‘இன்று பாழ்நிலத்தின் ஒவ்வொரு மறைகுறிப்பையும் கூகுளாழ்வார் கணப்போதில் துப்பிவிடுகிறார்.’

‘நம்பாமல் இருப்பது துரதிர்ஷ்டம் மட்டுமே ஆனால் நம்பிக்கையால் நெகிழப் படாதிருப்பது துர்பாக்கியம்.’

‘காலமற்றதைக் காலத்தினுள் உணர்ந்திருப்பது என்பது மகத்தான எவ்வனுபவமுமே மெய்யான நித்தியத்தின் எதிரொலிக்கப்பட்ட பரவசமே என்று உணர்ந்து கொள்வதற்கான முதல்படியாகும்.’

‘ஒரு வாழ்வின் ஏறக்குறைய எட்டு தசாப்தங்களைக் ‘கவிஞர்’ என்ற ஒற்றை அடைமொழியைக் கொண்டு அடையாளப்படுத்தியிருப்பது மிகப் பொருத்தமாகவும், ஏதோ ஒருவிதத்தில் நெகிழ்வூட்டுவதாகவும் இருக்கிறது.’

இப்படிப் பல வரிகள், பல பத்திகள்!

6

‘எல்லோராலும் புரிந்துகொள்ளப்படவேண்டும் என்பதை நான் எப்பொழுதுமே முக்கியமானதாகக் கருதியதில்லை.... சிறந்த படைப்புகள் வியாபாரப் பொருட்கள் அல்ல; மாறாக அவை காலத்தின் மகத்தான கருத்துக்களின் உன்னத வெளிப்பாடுகள்’ என்ற அந்த்ராய் தார்க்கோவ்ஸ்கியின் சொற்களே எலியட்டின் கவிதைகளைப் படிக்கும்பொழுது நினைவுக்கு வருகின்றன. அந்தப் படைப்புகளைப் புரிந்துகொள்ள விழைகிறவர்கள் மேற்கொள்ள வேண்டிய முயற்சிகளும் மகத்தானவையாகவே இருக்கவேண்டி உள்ளது. ‘நுட்பமான வாசிப்புகள், மீள் வாசிப்புகள் ஒரு கட்டாயச் சடங்குபோல் மேற்கொள்ளப்படவேண்டும்’ என்று பாழ்நிலம் கவிதை பற்றிப் பேசும்போது நம்பி குறிப்பிடுகிறார். அவருடைய அடர்த்தியான கட்டுரைகளும் அத்தகைய மீள் வாசிப்புகளையே வேண்டி நிற்கின்றன. அவ்வாறு வாசிக்கிறவர்களுக்கு ‘வாய்புகு சோறாய்’ ஒரு தனித்த நுகர்வின்பம் காத்திருக்கிறது. அவருடைய சொற்களிலேயே ‘கவிதைப் பித்தர்களுக்கு ஒரு விமர்சனப் பொக்கிஷம் காத்திருக்கிறது’.

ந.ஜயபாஸ்கரன்

மதுரை
02.12.2022

ஏக்கத்தின் வளைவு : டி.எஸ்.எலியட் கவிதைகள்

O lord, have patience
Pardon these derelictions –
I shall convince these romantic irritations
By my classical convictions.

– T.S Eliot.

டி.எஸ்.எலியட்டைப் பற்றி இப்புத்தகத்தில் தொகுக்கப்பட்ட கட்டுரைகளில் நான் ஏற்கெனவே பேசிவிட்டதைத் தவிர மேலும் கூறுவதற்கு என்னிடம் ஏதுமில்லை. பதினேழு வயதில் அவரை முதலில் எதிர்கொண்டேன், என் இருபதுகளில்தான் அவரைத் தீவிரமாக வாசித்தேன். ஆரம்பகால எலியட் என் தனிப்பட்ட இக்கட்டுகளை, காதல் மற்றும் பாலியல் ஏக்கங்களைப் பேசுவதற்காக என் சமூகம் எனக்களித்த வடிகால்களின் போதாமையினால் ஏற்பட்ட இன்னல்களைப் பிரதிபலித்த ஒரு கண்ணாடியை முன்வைத்தார். எண்பதுகளில், கூச்ச சுபாவமுள்ள பதின்மனுக்கு அவ்வேக்கங்களை நிஜ வாழ்விலோ கலையிலோ (கலை என்று இங்கு நான் குறிப்பிடுவது அதன் பேரில் திரைப்படம் வழங்கிய சல்லித்தனங்களே ஒழிய வேறொன்றுமில்லை) நிறைவேற்றிக் கொள்வதற்கான சந்தர்ப்பங்கள் அமையவில்லை. எலியட் அந்தக் கையறுநிலையுடன் பேசியது ஆறுதலாக இருந்தது.

ஆரம்பகால எலியட்டின் இக்கட்டுகளைப் பொறுத்தமட்டில் அதன் மையக் கூறுகளை இப்படிச் சுருக்கிச் சொல்லலாம்: காதல் மற்றும் பாலியல் ஏக்கத்தின் இளமைக் குமுறல்கள், அவற்றைச் சந்தேகத்திற்குரியதாக்கும் (குற்ற உணர்வைத் தூண்டும்) பியூரிட்டன் வளர்ப்பு, உள்வாங்கப்பட்ட இலக்கிய மரபு குறித்த நிலையான வரலாற்றுணர்வும் அம்மரபைச் சமகால சொல்வழக்கில் இற்றைப்படுத்தி நீடிப்பதற்கான அவா, இவற்றுடன் இயல்பான கற்பனாவாதமும் அதை விமர்சன ரீதியாகச் சந்தேகிக்கும் அறிவுஜீவித்தனமும். இவ்வாரம்பகாலக் கவிதையின் வளைவு 'மகத்தான ஆங்கிலக் கவிஞர்' என்ற அவரது பிந்தைய மகோன்னதத்திற்குக் கட்டியம்கூறும் அவரது முதல் பெருங்கவிதையான ப்ரூஃப்ராக்கில் நிறைவடைகிறது. அவ்வளைவில் தன் "வெராண்டா பழக்க வழக்கங்களால்" கட்டுண்டிருக்கும் இளங்கவிஞன் அவற்றை எதிர்க்கும் பாவனையில் தனக்கான பதிலி முகமூடிகளைத் தருவித்துக் கொள்கிறான். ஆனால் அதே சமயம்

அம்முகமூடிகள் கேலிக்குரியனவாக இருக்குமோ என்ற பயத்தில் அவற்றை அடியறுத்து நிராகரிக்கும் நகைமுரணையும் உடனழைத்துக் கொள்கிறான்.

ஏளனத்திற்கு அப்பால் சென்று, தனக்கு முக்கியமெனப்பட்ட தத்துவம், அழகியல், நெறிமுறைகள், சமூக விமர்சனம் மற்றும் மதம் தொடர்பான விஷயங்களை, ஆபாசமாகவோ கேலிக்கூத்தாகவோ தோன்றாது, அதாவது அவர் ஒருமுறை "சவவூர்த்தியின் மீது காக்டெய்ல்களைக் குலுக்குவது" என்று பரிகசித்த சமகாலக் கலையுத்திகளைப் போலல்லாது, நவீனமாக ஒலிக்கும் ஒரு கவிதை மொழியில் கூறுவது. அதை அவருக்கு இயல்பாகவே உரித்தான அபத்த உணர்வையும், நகைமுரணையும் கைவிடாது கூறுவதென்பது, அவ்வளைவின் ஆரங்களாக அமைந்த கவித்துவ ஆளுமைகளை அவற்றிற்குப் பிடித்தமான 'இண்டீரியர் மோனோலாக்' எனப்படும் உள்ளுறையும் தன்னுரை பாணியிலிருந்து விலகச் செய்து அதைக் காட்டிலும் சாய்மானமான ஓர் அன்னியோன்யமான தொனியில் பொதுவில் உணர்வின் உடனடித்தன்மையையுடன் பேசுவதற்கான பாயச்சலைக் கவிதையில் நிகழ்த்திப் பார்ப்பதாகும். அவ்வளைவே, ப்ரௌனிங், லாஃபோர்கே, பூட்லேர் போன்ற முன்னோடிகளையும் அதன் வட்டத்திற்குள் அழைத்துவரும்; ஓர் இளைஞனாக என்னை எலியட்டின் பால் ஈர்த்ததும் அதுவே. ப்ரூஃப்ராக்கில் எங்களிருவருக்குமே பொதுவான இக்கட்டுகளை என்னைக் காட்டிலும் தெளிவாக வெளிப்படுத்தக்கூடிய பேச்சுத் திறன்மிக்க ஆத்மத் துணையைக் கண்டடைந்தேன். தனிப்பட்ட பாலுணர்வின் அன்னியோன்யம், சமூக ஊடாட்டங்களின் இயங்கியல், கேள்விக்குட்படுத்தி மீப்பொருண்மையாக ஊடுருவும் தத்துவ விசாரணை இவை அனைத்தையும் கதம்பமாக்கி *ப்ரூஃப்ராக்* ஏற்படுத்திய இசை முப்பது ஆண்டுகளுக்குப் பிறகும் கிளர்த்தும் வகையில் என் செவிகளில் அதே இனிமையுடன் ஒலிக்கிறது. அவ்விசையே அக்கவிதையின் காலமின்மைக்கு ஆதாரம்.

அக்கிளர்ச்சிசையும் அதன் காலமற்ற உற்சாகத்தையும்தான் இக்கட்டுரைகளில் கைப்பற்ற முயன்றிருக்கிறேன் என்று சொல்லத் தோன்றுகிறது. அதனுடன் *ப்ரூஃப்ராக்* என்ற உச்சத்தை எய்தும் அவ்வளவைவின் பரிணாமத்தை அதற்கப்பால் பாழ்நிலம் கவிதையின் உருமாறும் பாலைவன மணல்களினூடே *த ஹாலோ, மென் ஆஷ் வெட்னஸ்டே* போன்ற உந்துவிசைப் பலகைகளுக்கும், அவற்றிலிருந்து அவர் ஸ்திரமாகத் தழுவிக்கொண்ட கிறித்தவ நம்பிக்கை எனும் பாறைக்கு அது *ஃபோர் குவார்ட்டட்ஸ்*சில் நிகழ்த்தும் தாவலையும். இந்தக் கட்டுரைகளை எழுதுவது எனக்கு ஒரே நேரத்தில் கடினமாகவும் மகிழ்ச்சியளிப்பதாகவும் இருந்தது, எனது மொழித்திறனின் வற்றாத

போதாமைகளால் ஓர் எழுத்தாளராக எனக்கு இவற்றை எழுதுவது கடினமாக இருந்தது, ஆனால் ஒரு வாசகனாக, தனித் தனியாக மட்டுமே வாசித்திருந்த இக்கவிதைகளை ஒரே மூச்சில் சேர்த்துப் படித்தது புது வாசல்களைத் திறந்து மகிழ்வூட்டியதும் உண்மையே.

இக்கட்டுரைகள் அனைத்துமே எழுத்தாளராக என் பரிணாம வளர்ச்சியில் இப்போதும் பெரும்பங்கு வகிக்கும் *சொல்வனம்* இணைய இதழில் வெளிவந்தவை. அம்முதல் வடிவத்தில் கணிசமாக மேற்கோள் காட்டப்பட்டிருக்கும் எலியட்டின் கவிதைகள் மொழிபெயர்க்கப்படவில்லை. சோம்பேறித்ததனம், நேரமின்மை என்பதெல்லாம் ஓரளவிற்கு உண்மை என்றாலும் எலியட்டின் இசையை, போதாமைகள் நிரம்பிய என் தமிழில் கைப்பற்றுவதிலிருந்த பயமே முக்கியக் காரணம் என்று இப்போது தோன்றுகிறது. ஆனால் என்னைக் காட்டிலும் சிறந்த வாசகர்கள் அளித்த அறிவுரையே இறுதியில் வெற்றிபெற்றது என் நல் அதிர்ஷ்டமே. புத்தகத்தின் முன்வரைவை நண்பர் பாஸ்கருக்கும் கவிஞர் ஜயபாஸ்கரனுக்கும் அனுப்பியபோது, மொழிபெயர்க்கப்படாத அம்மேற்கோள்கள் உருத்தியதாக இருவருமே கருத்து தெரிவித்தார்கள். எனவே அவற்றின் பெருமதி என்னவாக இருப்பினும், இதோ, இப்புத்தக வடிவில் அம்மேற்கோள்கள் அங்கிலத்திலும், தமிழ் மொழிபெயர்ப்பிலும் தரப்பட்டுள்ளன.

பல நண்பர்களின் உதவியின்றி இப்புத்தகம் சாத்தியப்பட்டிருக்காது: சொல்வனத்தின் பதிப்புக்குழு, குறிப்பாக இக்கட்டுரைகள் அவ்விதழில் வெளிவந்தபோது அவற்றைத் தனித்தனியே பொறுமையாகப் பிழைத்திருத்தம் செய்த ரவிசங்கர், அதிகம் விற்பனையாகும் சாத்தியங்களில்லாத என் புத்தகங்களைப் பதிப்பிக்கத் தயங்காத ஜீவ கரிகாலன், என் அனைத்துப் படைப்புகளையும் முதலில் பழுதுபார்க்கும் அருண் பிரசாத், மேற்கோள்களை மொழிபெயர்க்க உதவிய நட்பாஸ் என்கிற பாஸ்கர், கோட்டோவியங்களை அளித்துதவிய ஓவியர் ஜீவா, எமிலி டிக்கின்சன் கவிதைகள் குறித்த தன் மொழியாக்கப் புத்தகத்தைப் பதிப்பிக்கும் நேரக்கெடுவில் இருந்தபோதிலும் இக்கட்டுரைகளைப் படித்து முன்னுரையைத் துரிதமாக எழுதித் தந்த கவிஞர் ந.ஜயபாஸ்கரன் இவர்கள் எல்லோருக்குமே நன்றிகூற நான் கடமைப்பட்டிருக்கிறேன்.

அரிதாகவே திருப்பி அளிக்கப்பட்டாலும் என்னிடம் நிபந்தனைகளின்றி அன்பு காட்டும் என் பெற்றோர்களுக்கு இப்புத்தகத்தை ஈடுகட்டாத ஒரு நினைவுச் சின்னமாகச் சமர்ப்பிக்கிறேன். எப்போதுமே என் தகுதிக்கு மீறிய பாசத்தைக் காட்டிய என் சித்தி சித்ரா, இப்புத்தகத்தின் வரைவுகளை நான் தயாரித்துக் கொண்டிருக்கையில் அகால மரணம் எய்தினார். அவருக்கும் இப்புத்தகம் சமர்ப்பிக்கப்படுகிறது.

— **நம்பி கிருஷ்ணன்**, நவம்பர் 2022

உள்ளடக்கம்

1. மகோன்னதத்திற்கான ஆயத்தம் :
   டி.எஸ்.எலியட்டின் ஆரம்பகாலக் கவிதைகள் – 1   21

2. மகோன்னதத்திற்கான ஆயத்தம்:
   டி.எஸ்.எலியட்டின் ஆரம்பகாலக் கவிதைகள் – 2   50

3. பாழ்மையினூடே மகோன்னதத்திற்கு :
   எலியட்டின் பாழ் நிலம்   86

4. வைக்கோல் மாந்தர்களும் பேசா பிராட்டிகளும் :
   பாழ்நிலத்துக்குப் பிந்தைய கவிதைகள்   115

5. அவதரிக்கும் சொல் :
   எலியட்டின் ஃபோர் குவார்ட்டெட்ஸ்   138

மகோன்னதத்திற்கான ஆயத்தம் :
டி.எஸ்.எலியட்டின் ஆரம்பகாலக் கவிதைகள் — 1

மகோன்னதத்திற்கான ஆயத்தம் :
டி.எஸ்.எலியட்டின் ஆரம்பகாலக் கவிதைகள் – 1

"Eliot dead, you saying,
'Who's left alive to understand my jokes?
My old brother in the arts... besides,
he was a smash of a poet."

- Ezra Pound by Robert Lowell

"என்ன, எலியட் இறந்துவிட்டான் என்றா சொன்னீர்கள்
என் நகைச்சுவையைப் புரிந்துகொள்ள இனி யார்தான் இருக்கிறார்கள்
கலைகளில் என் மூத்த சகோதரன்... மேலும், அவன் ஒரு அபாரமான கவிஞன்."

– எஸ்ரா பவுண்ட், ராபர்ட லௌவல்

ஒரு விதத்தில் தன் மூதாதயர்களின் காலடிகளில் பின்முன்னாக, அதாவது அவர்கள் முடிவிலிருந்து தனது பூர்வீகங்களுக்குப் பயணிக்கவே அவர் முற்பட்டார் என்றும் வாதிடலாம். இப்பயணம் 1668ஆம் ஆண்டில் கார்ட்வெய்னர் (cordwainer, காலணி செய்பவர்) ஆண்ட்ரு எலியட் இங்கிலாந்தின் சோமர்செட் மாவட்டத்து ஈஸ்ட் கோக்கரில் உள்ள ஒரு கிராமத்திலிருந்து நியூ இங்கிலாந்தின் பியூரிட்டன் காலனிக்குக் கடல்தாண்டிக் குடிபெயர்வதிலிருந்து தொடங்குகிறது. ஐம்பது ஆண்டுகளுக்குப் பிறகு, எலியட்டின் தாத்தா, பாஸ்டனிலிருந்து மிசிசிப்பியில் உள்ள செயின்ட் லூயிஸுக்கு, அங்கு ஒரு யூனிடேரியன் தேவாலயத்தைக் துரிதமாக நிறுவும் நோக்கத்துடன், நிலம்வழிப் பயணமொன்றை மேற்கொள்வார். அவரது இரண்டாவது மகன் ஹென்றி வேர் எலியட், பே காலனியை முதலில் குடியேற்றம் செய்தவர்களின் சந்ததியரான,

பாஸ்டனைச் சேர்ந்த, வர்த்தகரின் மகளான சார்லோட் ஸ்டெர்ன்ஸை மணம்புரிவார். அத்தம்பதியரின் கடைசி மற்றும் ஏழாவதுக் குழந்தையாக 26 செப்டம்பர் 1888இல் பிறந்த தாமஸ் ஸ்டெர்ன்ஸ் எலியட், அம்மூதாதயர் பயணத்தைப் பொருண்மையாகவும் ஆன்மீகரீதியாகவும் தலைகீழாக்கும் வகையில், மாசசூசெட்ஸின் ஹார்வர்ட் பல்கலையில் பட்டம்பெற்று, இங்கிலாந்திற்குக் குடிபெயர்ந்து, தனது கடைசி உறைவிடமான கிழக்கு கோக்கரின் ஆங்லிகன் பாரிஷின் மேற்கு முனையில் இருத்தப்படுவதற்கு முன், கத்தோலியத்திற்கு மதம் மாறுவார். இச்சரிதையின் வளைவை அப்பாரிஷின் சுவரொன்றில் பொதிக்கப்பட்டிருக்கும் ஓர் பலகை நமக்கு வட்டமாக நினைவுறுத்துகிறது:

"in my beginning is my end"
Of your charity
pray for the repose
of the soul of
Thomas Stearns Eliot
Poet
26th September 1888 - 4th January 1965
"in my end is my beginning"

"என் ஆரம்பத்தில் என் முடிவு"
என் ஆத்மசாந்திக்கு பிரார்த்திக்கும்
உங்கள் காருண்யத்தைக் கோரும்
தாமஸ் ஸ்டெர்ண் எலியட்
கவிஞன்
26 செப்ட்டம்பர் 1888 – 4 ஜனவரி 1965
"என் முடிவில் என் ஆரம்பம்"

ஒரு வாழ்வின் ஏறக்குறைய எட்டு தசாப்தங்களைக் "கவிஞர்" என்ற ஒற்றை அடைமொழியைக் கொண்டு அடையாளப்படுத்தியிருப்பது மிகப் பொருத்தமாகவும் ஏதோ ஒரு விதத்தில நெகிழ்வூட்டுவதாகவும் இருக்கிறது. நம்

போன்ற, பெரும்பாலானவர்களுக்கு, வாழ்வின் பல உச்சகட்டங்களைத் தவிர்க்கும் இம்மாதிரியான சுருக்கம் மிக மூர்க்கமாகவே இருந்திருக்கும். ஆனால் எலியட்டைப் பொறுத்தவரை, அவர் வாழ்க்கை வரலாறு, தத்துவம், மதம், சமூகம், கல்வி, திருமண வாழ்க்கை, அதன் துன்பங்கள், ஏன் கிழக்கு கோக்கரில் உள்ள அந்த நெகிழ்வூட்டும் கல்வெட்டு வரையிலும்கூட, அனைத்துமே அவர் வாழ்வைக் காட்டிலும் பூதாகாரமாக விளங்கும் அவர் கவிதையில் அடங்கியிருப்பதால் அச்சுருக்கம் மிகச் சரியானதென்பதை நாம் உணர்ந்து கொள்கிறோம்.

***

ஆங்கில மொழியின் இருபதாம் நூற்றாண்டின் தலைசிறந்த கவிஞரொருவர் எப்படித் தொடங்குவார்? இயற்கையாகவே ரொமாண்டிசிசத்தில், எக்கச்சக்கமான பூத்தல் வாடுதல்கள் நிரம்பி வழியும், நினைவேக்கத்துடன் புலம்பும் இளமைப் பருவத்தின் விழிப்புணர்வுடன். தேய்வழக்குப் படிமங்களை மூர்க்கமாக அடியறுத்து அவற்றிலிருந்து தன்னை விலக்கிக் கொள்ள முயலும் பிற்கால முதிர்ச்சி அவ்வப்போது திடீரென்று வெளிப்படுவதை நாம் இனங்காண்கிறோம். உதாரணமாக

But the wild roses in your wreath
Were faded, and the leaves were brown.

Song or When we came home across the hill

ஆனால் மலர்வளையத்தின் காட்டு ரோஜாக்கள்
வாடியிருந்தன, இலைகளோ பழுப்பு நிறத்தில்

பாடல் அல்லது குன்றின் வழியே வீடு திரும்புகையில்

அல்லது

This morning's flowers and flowers of yesterday
Their fragrance drifts across the room at dawn,

Before Morning

இன்றைய காலையின் மலர்கள், நேற்றைய மலர்கள்
விடியலில் அவற்றின் வாசம் அறையைக் கடந்துசெல்கின்றன
காலைக்கு முன்

அல்லது

And they look at us with the eyes
Of men whom we knew long ago
Circe's Palace

அவர்கள் கண்ணுற்றிருக்கிறார்கள் நம்மை
நெடுங்காலத்திற்கு முன் நாமறிந்திருந்த மாந்தரின் கண்களால்.
சர்சீயின் அரண்மனை

அல்லது

No meditations glad or ominous
Disturb her lips, or move the slender hands;
Her dark eyes keep their secrets hid from us,
Beyond the circle of our thoughts she stands.
Portrait

இனிய அல்லது துர்நிமித்த தியானங்கள்
இவை எதுவுமே அவள் உதடுகளைத் தொந்தரவு செய்வதில்லை
மெல்லிய அவள் கரங்களையும் அசைப்பதில்லை
கருவிழிகள் நம்மிடமிருந்து மறைத்து வைத்திருக்கின்றன அவற்றின் ரகசியங்களை
நம் சிந்தனை வட்டத்திற்குப் புறத்தே அவள் நின்று கொண்டிருக்கிறாள்
உருவப்படம்

போன்ற வரிகளில். ஆனால் பெரும்பாலான வரிகள் அவரை அக்காலத்தில் பாதித்தவர்களின் (பைரன், ஷெல்லி, ஸ்வின்பர்ன், கிப்லிங், உமர் கய்யாம்) வழித்தோன்றல்களாகவும், வெளிப்படையான தழுவல்களாகவுமே ஒலிக்கின்றன. உதாரணத்திற்கு உமர் கய்யாம் எழுதியது போல் ஒலிக்கும் இவ்வரிகள்:

But let us live while yet we may,
While love and life are free,
For time is time, and runs away,
Though sages disagree.

ஞானிகள் மறுதளித்தாலும்
வாழும் வரையில் வாழ்வோம்
காதலும் வாழ்வும் இலவசமாக இருக்கும்வரை
ஏனெனில் காலம் காலத்தின் போக்கில், விரைந்து செல்கிறது

பிரெஞ்சு கவிஞர்களை எதிர்கொண்டது (குறிப்பாக ஆர்தர் சிமன்ஸின் இலக்கியத்தில் சிம்பாலிஸ்ட் இயக்கம் நூல் அறிமுகம் செய்துவைத்த லாஃபோர்கே(LaForgue), ஒரு முக்கியத் திருப்புமுனையாகும். எவ்வளவு முக்கியமென்றால் ஆரம்பகாலக் கவிதைகளை லாஃபோர்கேவிற்கு முன், லாஃபோர்கேவிற்கு பின் என்று இரண்டாகப் பிரிக்குமளவிற்கும். Nocturne, Humoresque, Spleen அல்லது Conversation Galante போன்ற கவிதைகளை வாசிக்கையில் இவ்வித்தியாசம் மிக வெளிப்படையாகவே புலப்படும். ரொமாண்டிஸ்டுகளின் சுய-நாடகமயமாக்கலை சுயமட்டம், நகைமுரண், ஏளனம் போன்ற உத்திகளைக் கொண்டு லாஃபோர்கே அடியறுத்தார். நடிகை கேட்டுடன் பரீயில் குடிபுக விரும்பும் அவரது ஹாம்லெட், "உண்மையைச் சொல்வதானால், ஒரு ஹாம்லெட் கம்மி என்பதெல்லாம், மனிதஇனம் அழிவதற்கு ஒரு காரணமாக இருக்க வாய்ப்பில்லை" என்று தன்னையே மட்டம் தட்டிக்கொள்கிறான். தண்டிக்கும் நீதியை நிலைநாட்டுவதற்கான வீரியமில்லாததால், சடங்குகளினூடே மெழுகு உருவங்களைக்

குத்துவது, நாடகத்தை இயாம்பிக் செய்யுளில் வனைந்துவிட்ட பெருமிதம் போன்ற சில்லறைத்தனங்களில் திருப்தியடைகிறான். துன்பியல் வேட்கையை லாஃபோர்கேயின் நகைமுரணைக் கொண்டு அடியறுக்கும் எலியட்டின் நாக்ட்டர்ன் கவிதை எள்ளலிலேயே தொடங்கி, முடியவும் செய்கிறது.

Romeo, grand serieux, to importune
Guitar and hat in hand, beside the gate
With Juliet, in the usual debate
Of love, beneath a bored but courteous moon;

ரோமியோ, கடுந்தீவிரத்துடன், யாசிக்கிறான்
கையில் கிடார், தொப்பியுடன், வாசலில்
ஜூலியட்டுடன், காதலைக் குறித்த
வழக்கமான விவாதத்தில், சலித்திருந்தாலும் நயம்காட்டும் நிலவுடன்.

இதில் அனைத்துமே தேஜாவூ போன்றதொரு "ஏற்கனவே தன்மையுடன்" தொனிக்கிறது. முடிவும் அனைவருக்கும் தெரிந்ததே, அதுகூட சீக்கிரமே வந்தால் தேவலை என்றே அனைவரும் எதிர்பார்த்திருக்கிறார்கள். கவிஞருக்கும் தன் உலர்ந்த நகைச்சுவையைக் கட்டுப்படுத்த முடியவில்லை (*"Blood looks effective on the moonlit ground"*) அவரது நாயகரும் அவரது *"best mode oblique"*-இல் "நிலவை நோக்கி பீடித்திருக்கும் தன் ஆழ்ந்த கண்களை உருட்டுகிறார்". துன்பியலைப் பகடிக்க முயல்கையில் வலிந்து திணிக்கப்படும் நகைச்சுவையின் மரணப்படுக்கை ஹாஸ்யங்களில் முடித்துக்கொள்வதைத் தவிர வேறு வழியில்லை; இந்தக் கவிதையிலோ ஒரு ஓய்ந்து தேய்ந்த *pun*-ஒன்றில்:

(No need of 'Love forever?'–'Love next week?')
While female readers all in tears are drowned:–
"The perfect climax all true lovers seek!"

(‘எக்காலத்திற்குமான காதல்’ வேண்டாமா, அப்படியானால் ‘அடுத்த வாரம் வரையிலாவது?’)

வாசகிகள் எல்லோரும் கண்ணீரில் மூழ்குகிறார்கள்.

“மெய்யான காதலர்கள் நாடும் பூரண உச்சம் இதுவன்றோ!”

ஆனால் லாஃபோர்கேயின் பிரிந்து விடுபட்டிருக்கும் பற்றின்மை ரொமாண்டிசிசத்தின் குறைகளை அடையாளம் காண மட்டுமே உதவுகிறது. அவற்றிற்கான எந்த தீர்வையுமே அது அளிப்பதில்லை. அது ஒரு முகமூடி மட்டுமே; அதற்கவர் சூட்டிய பெயரே பியரோ (Pierrot); அவர் கவிதைகளின் நாயகன். அவனோ தேய்வழக்கில் உலவியபடியே நிலவின் ஆதர்சங்களுக்காக ஏங்குபவன். இலட்சியத்திற்கும் நிதர்சனத்திற்கும் இடையே விரியும் தொலைவைச் சுட்டிக்காட்டி அன்றாடத்தின் முகமூடிகளை அகற்றி அம்பலப்படுத்தியதே லாஃபோர்கேயின் பெரும் சாதனையாகும். ஆனால் ஆதர்சத்திற்கான ஏக்கம் இருந்து கொண்டேதான் இருக்கிறது. போலி முகமூடிகள் மூர்க்கமாக விலக்கப்படுவது அதை மேலும் அடையமுடியததாக ஆக்குகிறதே ஒழிய அதை ஒருபோதும் முற்றிலும் அழிப்பதில்லை. லாஃபோர்கேயை தொடக்கப் புள்ளியாக எடுத்துக்கொண்டு எலியட் ரொமாண்டிசிஸ மிகுகற்பனையை ஒரு முட்டுச்சந்தில் கொண்டுவந்து நிறுத்துகிறார். “முழுமைபெறா விமர்சகர்கள்” என்ற பிற்காலத்துக் கட்டுரையொன்றில் “ரொமாண்டிசஸத்திற்கான ஒரே தீர்வு அதை பகுத்தாய்வதே” என்று அவர் கூறுவார்.

Another of my pierrots dead
Dead of Chronic Orphanism;
His was a heart full of lunar
dandyism, in a freakish body

என் பியெரோக்களில் இன்னொருவன் இறந்துவிட்டான்

நாள்பட்ட அனாதைத்தனத்தால்.

குனஷ்டை உடலில் சந்திரச்

சோக்குத்தனங்கள் நிரம்பிய அவன் இதயம்

என்ற லாஃபோர்கேயின் Locutions de Pierrot XII கவிதை வரிகளே எலியட்டின் ஹ்யூமரெஸ்க் கவிதையின் தொடக்கப் புள்ளி:

> One of my marionettes is dead
> Though not yet tired of the game–
> But weak in body as in head,
> (A jumping-jack has such a frame).

என் கைப்பாவைகளில் ஒன்று இறந்துவிட்டது
விளையாட்டு இன்னமும் சலித்திருக்காவிடினும் —
உடலாலும் சிறத்தாலும் நலிந்திருக்கும் அதற்கு
சொப்பு பொம்மையப் போல் உடல்வாகு

எலியட்டின் பியரோவும் ஷோக்குத்தனத்தில் ஈடுபடுகிறான்:

> The snappiest fashion since last spring's,
> The newest style, on Earth, I swear

சென்ற வசந்தத்திற்குப் பின் வெளிவந்த உடைப்பாணிகளிலேயே மிக
நவநாகரீகமானது
சத்தியமாகச் சொல்கிறேன், உலகத்தின் மீக நவீனமான பாணி

இது பிற்கால கவிதையான How to pick a Possum-இன் கிண்டலுக்குக் கட்டியம் கூறுகிறது:

> In spring he affects such sartorial / display as the fashion allows

உலகப்போக்கு அனுமதிக்கும் ஆடையலங்காரங்களில்
வளைய வருகிறான் வசந்தத்தில்.

ஆனால் கவிதை அவனது ஆதர்சத்தை மொழியமட்டும் செய்யாது தருவித்தும் கொள்கிறது:

> His who-the-devil-are-you stare;
> Translated, maybe, to the moon.

அவனது நீ—என்ன—கொம்பனா முறைப்பு;
ஒருக்கால், நிலவாகவும் பொழிபெயர்க்கப்பட்டு

அத்தருவித்தலும் மூர்கமாக ஒப்பீடு செய்யபடுகிறது

"Your damned thin moonlight, worse than gas–
"Now in New York" – and so it goes.

"உங்கள் நாசாமாய்ப் போன சன்ன நிலவொளி, வாயுவைக்காட்டிலும்
மோசமானது –
"இப்போது நியூ யார்க்கில்" –– இப்படிப் போகிறது கதை

Rhapsody on a Windy night என்ற பிந்தைய கவிதையில் அதே ஆதர்சம் வெளிப்படையாகவே *"A washed-out smallpox cracks her face"* என்று கேவலப்படுத்தவும் படுகிறது.

கழிவிரக்கம் முற்றிலும் உரிஞ்சப்பட்ட நிலையில் நிற்கும் நம் கைப்பாவை நாயகன் ஒரு அடியறுக்கும் கேள்வியால் மேலும் பிரிகசிக்கப்படுகிறான்.

Logic a marionette's, all wrong
Of premises; yet in some star
A hero!–Where would he belong?
But, even at that, what mask bizarre!

முதற்கோள்கள் முற்றிலும் தவறாக இருக்கும் இத்தர்க்கம்
ஒரு கைப்பாவைக்கே பொருந்தும்; ஆனால் ஏதோ ஒரு நட்சத்திரத்தில்
நாயகன்! –– இவனுக்கு ஏற்ற இடம்தானென்ன?
எங்கோ எப்படியோ பொருந்திவிட்டாலும், என்ன வினோதமான முகமூடி!

சார்பற்ற புறநிலைத் தன்மைக்கானதொரு பயிற்சியே இங்கு முயற்சிக்கப்படுகிறது. ஆனால் வறண்ட இம்மூளைப் பயற்சியை உயர்பிப்பதற்குத் தேவையான உணர்வின் உத்வேகம்

இல்லாததால் இக்ககவிதைகள் வாழ்க்கையை அணுகுவதற்கான ஓர் முறைமையாக மாறாது லாஃபோர்கேயை எதிர்கொள்வதற்கான அணுகுமுறையாக எஞ்சிவிடுகின்றன. ஏன் ஹியூமரெஸ்க்? என்றால் விண்டம் லூவிஸ்சின் *தார்(Tarr)* நாவலை எலியட் விமரிசிக்கையில் நகைச்சுவை என்பது “அழகை அகோரத்திலிருந்து பாதுக்காப்பதற்கும் தன்னையே முட்டாள்தனத்திலிருந்து பாதுகாத்துக் கொள்வதற்காகவும் மனது மேற்கொள்ளும் ஓர் நுண்ணுணர்வுமிக்க இயல்பான உள்ளார்ந்த முயற்சி” என்று கூறியதே அதற்கான சரியான பதிலாக இருக்க முடியும். உன்னதத்திற்கான விழைவை நகைமுரண் முகமூடிகளைக் கொண்டு அடியறுக்கும் போக்கை நாம் கவிஞர் இசையின் கவிதைகளிலும் காண்கிறோம். உதாரணமாக:

ஒரு முத்தம்
கொடுத்தவுடன் தீர்ந்து விட வேண்டும்
கொஞ்சம் எச்சிலில் கரைந்து விட வேண்டும்.
அதுவன்றி
காவிய டப்பாவிற்குள் ஒளித்து வைத்து
காலமெல்லாம் எடுத்து எடுத்துப் பார்க்கும் அந்த முத்தம்....
அது நமக்கு வேண்டாம் அன்பே.

— *காவிய டப்பா*

அல்லது

ஹஸ்தினாபுரத்திலிருந்து
சோமனூர் ரயில்வே ஸ்டேஷனில் இறங்கினேன்.
....
"ஊசி முனையளவு இடம் கூட கிடையாது"
என்று சொன்னேன்
அப்போது என் மீது பூமாரி பொழிய
போலீஸ்காரர் விசில் ஊதுகிறார்.

— *ஹஸ்தினாபுரம் ரயில்வண்டி*

Spleen கவிதையில் (பூட்லேரின் Fleurs du Mal தொகுப்பில் வரும் Spleen and Ideal பகுதிக்கான இலக்கிய வணக்கம் என்பதை சொல்ல வேண்டியதில்லை) "திருப்தியடைந்த ஞாயிறு முகங்களின் ஊர்வலத்தால்" கவிஞரின் மனத்தின்மை விருப்பமின்றி திசைத்திருப்பப்படுகிறது. அவற்றின் மந்தமான சூழ்ச்சிக்கு எதிராக கவிஞரால் வலிமையாக எதிர்வினையாற்ற முடியாததால் கவிதையின் ஆக்டோசிலபிக் வரிகளின் வரம்பை அவற்றின் தாக்கம் பலமுறை மீறுகிறது. நிதர்சன நித்தியங்கள் அந்நியப்படுத்தினால் அந்த முட்டுச்சந்திலிருந்து கவிதை மீள்வதற்கான வழி? நகைமுரணைக் கொண்டு பதிலடி கொடுத்து அதை ஆதர்சப்படுத்தி உரிய தண்டனையை அளிப்பதுபோல் அதை பூரணத்துவத்தின் வாசலில் கோமாளித்தனமாக நிற்கவைப்பது:

And Life, a little bald and gray,
Languid, fastidious, and bland,
Waits, hat and gloves in hand,
Punctilious of tie and suit
(Somewhat impatient of delay)
On the doorstep of the Absolute.

மேலும் வாழ்க்கை, சற்று வழுக்கையாகவும் சாம்பல் நிறத்ததாகவும்,
உப்புச்சப்பில்லாது பிடிவாதமான மந்தத்தனத்துடன்
காத்திருக்கிறது, கையில் தொப்பியும் கையுறையுமாக
சூட் டை எல்லாம் பவ்யமாக அணிந்தபடி
(தாமதத்தால் சற்றே எரிச்சலுற்று)
முழுமையின் வாசற்படியில்

"Hat in hand" என்ற சொற்பிரயோகம், Nocturne கவிதையில் வரும் அந்தக் கார்ட்டூன் ரோமியாவை நினைவுபடுத்தினால் Absolute/ suit சந்தநயம் பரிபூரணத்தையே மட்டுப்படுத்துகிறது.

Conversation Galante லாஃபோர்கேயின் முறைமையில் அமைந்திருக்கும் மற்றொரு கவிதை. ஆனால் அதன் நாயகன்

தன் நகைமுரணின் கூர்மையைத் தன்னம்பிக்கையுடன் (குறைந்தபட்சம் தன் மனதிலாவது) கையாள முயல்கிறான். விருந்தளிக்கும் மூதாட்டியின் ரொமாண்டிசிஸ ரசனையை நுட்பமாக நையாண்டி செய்வதாக பாவித்துக் கொள்கிறான். ரொமாண்டிஸ்டுகளின் நித்திய நண்பரான சந்திரன், உணர்ச்சி மிகைகளுக்காகக் கேலி செய்யப்பட்டு ப்ரெஸ்டர் ஜானின் பலூன் மற்றும் இடிந்தொடிந்த கூண்டு விளக்குடன் ஒப்புமை செய்யப்படுகிறான். இரவையும் நிலவொளியையும் விளக்கும் இரவிசை (இவையும் நம்மை முன்னர் வாசித்த அந்த நாக்டர்ன் கவிதைக்கே அழைத்துச் செல்கின்றன) தங்குதடைகளின்றி உரையாடலை வழிநடத்திச் செல்லும் கவிஞரின் நகைமுரண் கலந்த பணிவான பாங்கினூடே உறையாடுபவர்களின் வெறுமைகளையும் வெளிக்கொணர்கிறது. கவிஞனின் தொனி மிகப்பொருத்தமாகவே இருந்தாலும், அவன் விடுக்கும் சொற்கனைகள், மூதாட்டியின் "*How you digress*", "*Does this refer to me?*" போன்ற வெகுளித்தனமான கேள்விகளால் (இது தேர்ந்த படிப்பினை செய்யப்பட்ட வெகுளித்தனமாகவும் இருக்கலாம்) அவள் அறியாமலேயே அவற்றின் இலக்கை அடையாமல் திசைதிருப்பப்படுகின்றன. அவளது பதட்டப் படாத அமைதியான பாங்கைக் கண்டு நம் இளம் நகைமுரணாளன் ஆட்டம் கண்டு பின்வாங்குகிறான். தானே முட்டாள்தனமாக நடந்து கொள்வதாக ஒப்புக் கொள்கிறான். இதில் நகைமுரண் என்னவென்றால், அவனுடைய நகைமுரணே அவனது கவித்துவ நையாண்டித்தனத்தை, சமயோஜிதத்தைக் கொண்டு மட்டுப்படுத்தும் புத்திசாலியாக அவளை நாம் உணர்ந்து கொள்ளும் அளவுக்கு அவளை உயர்த்திவிடுகிறது (இறுதியில் அவன் அவரை "*the eternal humorist, The eternal enemy of the absolute.*" என்று அழைக்கும் அளவுக்கும்.) ஹென்றி ஜேம்ஸின் அருமையான வரவேற்பறை உரையாடற் சித்திரமொன்றில் நாம் இருத்தப்படுகிறோம். இந்த அர்த்தத்தில்தான் பிற்கால மகோன்னதங்களான *Prufrock*, *La Figlia Che Piange* கவதைகளுக்கு *Conversation Galante* ஒரு முன்னறிவிப்பாக அமைகிறது. ஏதாக இது அமைத்துக் கொடுத்த பந்தை அவை ஸ்டேடியத்திற்கு வெளியே விரையும் அபாரமான சிக்ஸர்களாக அடிக்கின்றன. ஆனால் கடைசி

வரையிலும் இவன் கிண்டலைக் கண்டுகொள்ளாமலே உரையாடும் சீமாட்டியே கவிதையை முடித்து வைக்கிறாள். And—"Are we then so serious?" என்று கேட்பது அவள் இதுவரையிலும் மிகச் சாதுர்யமாகக் கவிஞனையும் நம்மையும் ஏமாற்றிவிட்டாளோ என்று நம்மைச் சந்தேகிக்க வைக்கிறது.

"You, madam, are the eternal humorist,
The eternal enemy of the absolute,
Giving our vagrant moods the slightest twist!
With your aid indifferent and imperious
At a stroke our mad poetics to confute—"
And—"Are we then so serious?"

"மேடம் நீங்கள் எக்காலத்திற்குமான நகைச்சுவையாளர்
முழுமையின் சாஸ்வத எதிரி. அளிக்கிறீர்கள் நீங்கள்
எங்கள் நாடோடி மனநிலைகளுக்குச் சற்றேயொரு முறுக்கத்தை
அலட்சியமாகவும் கம்பீரத்துடனும் அளிக்கப்படும் உங்கள் உதவி
ஒரே மூச்சில் எங்கள் பித்துக் கவித்துவத்தை குழம்பச் செய்கிறது."
மேலும் – "நாம் அவ்வளவு தீவிரமாகிவிட்டோமா என்ன?"

***

நகைமுரணியத் தொப்பியில் மயிலிறகுகளை அடுக்கிக்கொண்டு செல்லும் இப்பழக்கமானது 1910-1911 வருடங்கள் வரை நீடித்தது. அம்முக்கியமான வருடங்களில்தான் எலியட் கவிதை மகத்துவத்திற்கான தனது அடுத்த ஆயத்த பாய்ச்சலை Portrait of the Lady கவிதையின் மூலமாக நிகழ்த்துகிறார். 1908 முதல் அவர் எழுதத் தொடங்கிய வடிவம், லாஃபோர்கேயிற்கு நிறம்பவே கடன்பட்டிருந்தாலும், எலிசபெத்திய நாடகாசிரியர்களான மார்லோ, வெப்ஸ்டர், டூர்னர், மிடில்டன் மற்றும் ஃபோர்டு ஆகியோருக்கும் கடன்பட்டிருப்பதை அவரே சுட்டிக்காட்டியுள்ளார். கவிதை, என்னை எப்போதுமே சிரிக்க வைக்கும், வயதான பெண்ணிற்கும் நாட்டை விட்டு வெளியேற திட்டமிட்டிருக்கும் ஓர் இளைஞனுக்கும் இடையே

உள்ள உறவைச் சட்டகமாக அமைக்கும் கிறிஸ்டஃபர் மார்லோவின் அபாரமான மேற்கோள் வரிகளுடன் தொடங்குகிறது:

Thou hast committed –
Fornication: but that was in another country,
And besides, the wench is dead.
– (The Jew of Malta)

தாங்கள் புரிந்த்திருக்கிறீர்கள் –
பிறழ்வுப்புணர்வை: ஆனால் அதெல்லாம் மற்றொரு தேசத்தில்
மேலும், அந்த வேசியும் இறந்துவிட்டாள்.
(*த ஜூ அஃப் மால்டா*)

ஒரு வருட காலத்தில் ஓர் இளைஞன் மேற்கொள்ளும் மூன்று வருகைகளைக் கவிதை விவரிக்கிறது. மேற்கத்திய செவ்வியல் இசைப்படைப்பைப் போல் மூன்று அசைவுகளாகக் கட்டமைக்கப்பட்டிருக்கும் கவிதை பனிமூட்டமான டிசம்பர் பிற்பகலிலிருந்து அக்டோபர் இரவுக்கு ஏப்ரல் அந்தி வழியே நகர்ந்து செல்கிறது. பருவங்களின் மாற்றங்களை அவற்றிற்கேற்ப உருமாறும் இவ்விளைஞனின் மனநிலைகள் பிரதிபலிக்கின்றன. முதல் பாகத்தில் உள்ள புகையும் மூடுபனியும் கவிதை விவரிக்கப் போகும் உறவின் மங்கலான நிச்சயமற்ற தன்மைக்குக் களமமைத்துக் கொடுக்கிறது. தடைகளற்ற *vers libre*-யே கவிதையின் பிரதான வடிவமென்றாலும் பதினான்கு சிலபில்களில் அமைந்திருக்கும் முதலிரு வரிகள், அச்சந்திப்பிற்கு இளைஞன் தன்னையே “இழுத்துக் கொண்டு” வந்திருக்கிறான என்ற உணர்வை அளிக்கிறது. பெண் அவனைக்காட்டிலும் தன்னம்பிக்கை மிக்கவளாக நன்கு பழக்கப்பட்ட இயாம்பிக் வரியில் தொடங்குகிறாள். பெரும்பாலும் கவிதை இயாம்பிக் பென்டாமீட்டரையும் அலெக்ஸாண்ட்ரைனையும் சுதந்திரமாக மாற்றியமைத்து, பேச்சுமொழியைக் கவிதையாக்கும் தேவைக்கேற்ப விரிந்து சுருங்குகிறது. சந்திப்பும் சூழலும் கிட்டத்தட்ட ஒரு ரொமாண்டிசிஸ கற்பனையால் வார்த்தெடுக்கப்பட்டது

போலிருக்கிறது. காட்சியும் அப்படிபட்டதோர் கற்பனையின் விதிகளுக்கேற்பவே கட்டாயமாக இருந்தாக வேண்டிய மெழுகுவர்த்தி வெளிச்சத்தில் தன்னை கட்டமைத்துக் கொள்கிறது. ஆனால் திடீரென்று லாஃபோர்க்கேயியக் குறும்பன் தலையை உயர்த்தி கண் சிமிட்டி, கவிதையின் நகைமுரணிய அடிநீரோட்டங்களைச் சுட்டிக்காட்டி நம்மை எச்சரிக்கிறான்:

An atmosphere of Juliet's tomb
Prepared for all the things to be said, or left unsaid.

சொல்லப்பட, சொல்லாமல் விடுக்க வேண்டியது அனைத்திற்கும் தயார்
நிலையிலிருக்கும்
ஜூலியட் கல்லறையின் சூழல்

மறைமுக சுட்டுதல்களும் அவற்றிற்கான எதிர்வினைகளும், அனைத்துமே வயலின்கள், கார்னெட்டுகள் பின்னணியில் ஒலிக்க இசைரீதியாகவே முன்னெடுத்துச் செல்லப்படுகின்றன. ஷோப்பேன் இசை அமைத்திருக்கும் பூனை எலி நாடகமாகக் கவிதை வளர்கிறது: "latest pole" குறித்த அவனது கூர்மையான நையாண்டிக்கு எதிர்வினையாக அவள் "Chopin's soul" என்று ஷோபேனின் ஆன்மாவைப் பற்றி பேசுகிறாள்.

—And so the conversation slips
Among velleities and carefully caught regrets
Through attenuated tones of violins
Mingled with remote cornets
And begins.

ஆக உரையாடல் நழுவிச் சென்று
செயல்படுத்தத் துணியா விழைவுகள், கவனமாக நினைவுகூரப்படும்
வருத்தங்களினூடே
தொலைவில் ஒலிக்கும் கார்னட்களுடன்

சன்னமாய்க் கலந்தொலிக்கும் வயலின் இசையுடன்
தொடங்குகிறது

பெண்மணியோ அவனுடனான தனது நட்பைப் பறைசாற்றிக்கொண்டே இருக்க ஆடவன் எதிர்த்தொலிக்கும் உள்ளிசையின் தாளத்திற்கேற்ப அதை உள்வாங்கிக்கொள்கிறான்.

Among the winding of the violins
And the ariettes
Of cracked cornets
Inside my brain a dull tom-tom begins
Absurdly hammering a prelude of its own,
Capricious monotone
That is at least one definite "false note."

முறுக்கப்படும் வயலின் தந்திகள்
அரியெட்கள்
ஒடிசல் கார்னெட்களினூடே
என் மூளையில் மந்தமான பறையொன்று தொடங்குகிறது
அதற்கே உரிய ப்ரெலூடை அபத்தமாக அடித்தப்படி,
கணப்பொழுதில் மாறக்கூடிய மாறாதொனியில்
குறைந்தபட்சம், கண்டிப்பாக இதுமட்டுமாவது ஒரு "போலி சுவரமே"

நாராசமாகத் தொனிக்கும் அந்த "*false note*"-டைத் தொடர்ந்து அடுத்த வரியைத் தொடங்கி வைக்கும் அந்த டேஷ் நிறுத்தக்குறி இளைஞனுக்கு ஓர் இடைநிறுத்தத்தை ஏற்படுத்துகிறது, என்ன செய்து கொண்டிருக்கிறோம், மீளமுடியாதபடி மாட்டிக் கொண்டு விடுவோமோ என்பதையெல்லாம் மறுபரிசீலனை செய்ய விரும்பி மீண்டும் தன் நகைமுரண் முகமூடியை அணிந்து கொள்கிறான்.

— Let us take the air, in a tobacco trance,
Admire the monuments,
Discuss the late events,

Correct our watches by the public clocks.
Then sit for half an hour and drink our bocks.

—மெட்டை உள்வாங்கிக் கொள்வோம், ஒரு புகையிலை மயக்கத்தில்,
நினைவுச் சின்னங்களை மெச்சுவோம்,
தாமதிக்கும் நிகழ்வுகளை விவாதிப்போம்,
பொதுக் கடிகாரங்களின் மணிப்படி நம் கைக்கடிகாரங்களைத் திருத்திக்கொள்வோம்.
அதன்பின் அரைமணி நேரம் அமர்ந்தபடி அருந்துவோம் நம் கடுங்கள்ளை

அடுத்த பகுதியில் நாம் வசந்த காலத்தில் இருக்கிறோம். இளம் ஊதாக்களின் சேர்க்கையுடன் காதல் மனநிலை அதிகரிக்கிறது. ஊதாக்களும் அவற்றிற்குப் பிறகு வரும் ஏப்ரல் அஸ்தமனங்களும் பிற்காலத்தில் வரவிருக்கும் Wasteland தொடக்கத்திற்குக் கட்டியம் கூறுகின்றன.

Lilacs out of the dead land, mixing
Memory and desire, stirring
Dull roots with spring rain.

நினைவையும் விழைவையும் கலக்கியபடி
மறித்த நிலத்திலிருந்து எழும் இளமூதாக்கள் வாசம்
கிளர்த்துகிறது
மந்த வேர்களை வசந்தத்தின் சாரலைக்கொண்டு.

ஆனால் இங்கே கடந்துபோன வாழ்க்கையைக் குறித்த நினைவுகளாலும் எதிர்கால காதல் விழைவுகளாலும் தூண்டப்படும் பெண், சுருதியில் இல்லாத வயலினைப் போல் தன் "புதைக்கப்பட்ட வாழ்வைப்" பற்றி அனத்திக் கொண்டிருபதைப் பார்த்து அதுவரையில் அவளைச் சீண்டும் நகைமுரணில் லயித்திருந்த வாலிபன் மேலும் மேலும் பதற்றம் கொள்கிறான். முதல் பகுதியில் சன்னமாய் ஒலித்த அவளது " *velleities*" (அதாவது செயலில் முன்னெடுத்துச் செல்லத் துணியாத ஆசைகள்) இப்போது சற்று உரத்து ஒலிப்பதை அவன் உணர்கிறான். ஆனால்,

I take my hat: how can I make a cowardly amends
For what she has said to me?

தொப்பியைக் கையிலெடுத்துக் கொள்கிறேன்:
அவள் என்னிடம் சொன்னதற்கு, என்ன கோழைத்தனமான திருத்தங்களை என்னால் ஆற்ற முடியும்

என்று முணுமுணுத்துக் கொள்வதைத் தவிர அவனுக்குச் செய்வதுக்கொன்றுமில்லை.

தன் அன்றாட உலகின் சாமண்யங்களுக்குள் ஒளிந்துகொள்ள முற்படுகிறான். அது விருந்தோம்பும் அப்பெண்ணின் மேட்டுக்குடிப் பகட்டைக் காட்டிலும் அவ்வளவு மேன்மையானதல்ல என்பதை வாசகன் உணர்ந்து கொள்கிறான். தினமும் காலையில் பூங்காவில் அமர்ந்தபடி செய்திதாளின் காமிக்ஸ் பக்கங்களையும் விளையாட்டுப் பக்கங்களையும் படிப்பதைத் தவிர அதிலேதும் விசேஷமாக இல்லை. அவற்றின் நெடி மற்றவர்களின் ஆசைகளை வெட்டியாக அசைபோடும் அவலத்தையே அவனுக்கு நினைவுறுத்துகின்றன.

the smell of hyacinths across the garden
Recalling things that other people have desired.

தோட்டத்தினூடே ஹயாசிந்த் வாசம்
நினைவில் கிளர்த்துகிறது அடுத்தவர்கள் விழைந்த விஷயங்களை.

மூன்றாம் பகுதியில் நாம் அக்டோபர் மாதத்திற்கு வந்துவிட்டோம். நம் இளைஞன் மீண்டுமொருமுறை வேண்டா வெறுப்பாக தன்னையே இழுத்துக் கொண்டு செல்வதுபோல் படிகட்டில் ஏறுகிறான். ("*as if he had mounted on his hands and knees*"). இம்முறை வெளிநாடு செல்வதைச் சாக்காக வைத்து அவளிடமிருந்து முற்றிலும் துண்டித்துக் கொள்ளும் யத்தனத்துடன் அவன் செல்கிறான். ஆனால் அவளோ வழக்கமான தனது வீனஸ் பொறிச்செடி பாணிக்கேற்ப "*Perhaps you'll write to me*" என்று கொக்கியைப் போடுகிறாள்.

நகைமுரண் வித்தகரின் சுய-உடைமை ஆட்டம் கண்டுவிடுகிறது. பாவம், தகுந்த பாவனையை வரவழைத்துக் கொள்வதற்கு விலங்குகளை நகலிக்க வேண்டிய கையறுநிலை... வெளிநாட்டிற்குப் புறப்பட்டுச் சென்ற பிறகு நிகழப்போகும் அவள் மறைவு, தான் எழுதப்போகும் இறங்கற் பா... போன்ற கற்பனைகளில் தன்னை ஆழ்த்திக்கொள்ள முயல்கிறான். ஆனால், இறுதியில் அவளது தொனியும் அதன் ஏற்ற இறக்கங்களுமே வெற்றி பெறுகின்றன. அவனது "டிசம்பர் மதியத்தின் புகையும் மூடுபனியும்" அவளது "எப்ரல் அஸ்தமனங்களிலும்" "ஊதாக்களிலும்" ஒளிமுறிவுற்று "புகை மண்டிய சாம்பல் மதியங்களாகவும்" "மஞ்சள், ரோஜா மாலைகளாகவும்" உருமாறுகின்றன. கவிதையின் கடைசி வரி "And should I have the right to smile?" கவிதையைத் ஆரம்பித்து வைத்த மார்லோவின் மேற்கோளுக்கு நம்மை அழைத்துச் செல்கிறது. ஒருக்கால் இங்கேயும் ஒரு "fornication" பலாத்காரமாக ஆனால் உளவியல் ரீதியாக, அதற்கு உட்படுத்தப்பட்டவர் உணர்ந்து கொள்ளாத வகையில் நிகழ்ந்திருக்கிறதோ என்பதை நாம் சந்தேகிக்கிறோம். உணர்வு அறிவால் பலவந்தப்பட்டிருக்கிறது, இதில் சிரிப்பதற்கு என்ன இருக்கிறது? இதனால்தான் அக்கடைசி பத்தியில் ஷேக்ஸ்பியரின் *Twelfth Night*-இலிருந்து வரும் காதல் நோயால் பீடித்திருக்கும் ஆர்சினோவின் வார்த்தைகள் எதிரொலிக்கின்றன *(That strain again, it had a dying fall)*. அவனுடைய வார்த்தைகளைச் சற்றே மாற்றிக் கூறுவதானால், ரொமாண்டிசிசக் கற்பனையும் அதன் எதிரியான சார்பற்ற நகைமுரணும், இரண்டுமே அவற்றின் மிகைகளால் "surfeit and sicken the appetite and so die?"

இம்மாதிரியான ஜேம்ஸிய தொனி மிளிரும் வரவேற்பறைக் காட்சியை எலியட் கவிதைகளில் எனக்கு மிகவும் பிடித்தமான *The Love Song of Alfred J Prufrock* மிகக் கச்சிதமாகக் கைப்பற்றுகிறது. ஐஐடி மெட்ராஸில் முதல் "ரேகிங் அமர்வின்" போது எனது சீனியர் ஹாஸ்டல் அறை வாசலில்தான் இதை முதன்முதலில் எதிர்கொண்டேன். புரிந்தும் புரியாத அவ்வரிகள் எனக்கு மிகவும் வினோதமாக இருந்தன: அவன் அறைக்கதவின் அகலம் முழுவதையும் ஆக்ரமித்த "*I should have been a pair of ragged claws / Scuttling across the floors of silent seas"* ("அமைதியான கடல்களின் தரைகளிற் குறுக்கே விரைந்தோடும் / கரடுமுரடான ஜோடிக் கவ்விகளாக இருந்திருக்க வேண்டும் நான்") பின்னர் உள்ளே சென்றபின் சுவர் கிராஃபிடியில் *"I grow old... I grow old ...I shall wear the bottoms of my trousers rolled."* ("எனக்கு வயதாகிறது... எனக்கு வயாதாகிறது, என் கால்சட்டையின் அடிப்பாகங்களை மடித்துவிட்டுக் கொள்ளப் போகிறேன்.") போன்ற வரிகள். எனது முதல் இரண்டு கல்லூரி வருடங்கள் முழுவதும் என்னுடன் இருந்தபடியே அவை என்னை சஞ்சலப்படுத்தின, அதன் பிறகு எலியட்டின் கவிதைகளின் மலிவு ஃபேபர் பதிப்பில் அவற்றை மீண்டும் சந்தித்தேன், அக்கவிதை வரிகளில் ஒன்றை என் முதல் புத்தகத்தில் முகவுரை மேற்கோளாகப் பயன்படுத்திக் கொண்டேன்.

The Love Song of Alfred J Prufrock என்ற தொகுக்கப்பட்ட கவிதைகளின் முதல் கவிதை முன்னர் பேசிய *Portrait of a Lady* கவிதையின் பேசுபொருளை அக்கவிதையக் காட்டிலும் வளமான சொல்லாடலின் வழியே ஒருங்கிணைத்துக் கூடுதலான ஆழத்தையும் இசைத்தன்மையையும் கொண்டிருக்கிறது. இங்கேயும் அதே களம்தான், வரவேற்பறைகள், சலோன்கள் இத்யாதி... இவற்றை எதிர்கொள்ளும் விழிப்புணர்வு அதற்கே உரிய நகைச்சுவை மூர்க்கத்துடன் அவற்றைத் துல்லியமாக வரையறை செய்கிறது. ஆனால் இங்கும் தன்னுடைய பெருமிதத்தின் இசையில் லயித்துச் செயலாற்றுவதற்குத் துணியாத அதிபுத்திசாலித்தனம் மண்ணைக் கவ்வும் அபாயங்கள்... ஆனாலும்கூட உணர்வைக் கவிதையின் பாடலாகக் கைப்பற்ற முனையும் நாயகனின் விழைவு நிர்ணயிக்கும் இசையுடன் குறிப்பிட்ட ஓர் உலகின் பல்வேறு கூறுகளைப் பிணைப்பதாலேயே இக்கவிதை ஒரு தலைசிறந்த கவிதையின் தரத்திற்கு உயர்கிறது. ராபர்ட் ப்ரௌனிங்கின் தன்னுரைகளே *(Monologues)* இக்கவிதைக்கான வெளிப்படையான முன்னோடிகள். ஆனால் ஜேம்ஸின் "*Crapy Cornelia*" வும் அதன் "இழந்த சந்தர்ப்பங்களும்" அக்கதையுலகின் வினோதமான நடப்பும் இதைப் பாதித்திருக்க வாய்ப்புண்டு.

ப்ரூஃப்ராக் ஒரு விதத்தில் துன்பியல் நாடகப் பாத்திரம் போன்றவன்தான். விழைந்ததைச் செயலால் அடைய அவன் தயங்குகிறான், ஏனெனில் ஃப்ளாபேரின் Sentimental Education நாயகனைப் போல் "நிறைவேற்றத்தின் பாழ்மைப் பரணில் குதிப்பது" அவனுக்குப் பீதியை அளிக்கிறது. தயக்கத்துடனும் மனத்தடைகளுடனும் வயதாகிக் கொண்டிருக்கும் அவன், அழகும் கீழ்மையும் பின்னிப் பிணைந்திருக்குமோர் உலகில் பரிதாபகரமாகக் கனவு காண்கிறான். ரொமாண்டிசிசக் கற்பனையின் இரட்டைக் குறைபாடுகளால் ப்ரூஃப்ராக் பாதிக்கப்பட்டிருக்கிறான். அவன் எதிர்பார்ப்பது போல் இணக்கமாக இல்லாத ஒரு உலகத்தை எதிர்கொள்கையில் அவன் செயலற்ற நிலைக்கு இட்டுச் செல்லப்படுகிறான். பாடும் கடற்கன்னிகளின் இசையில் லயித்திருக்க நிஜ உலகைத் துறக்க முயல்கிறான். ஆனால் தன் கேலிக்குரிய அபத்தத்தைப் பற்றிய விழிப்புணர்வு அவனுக்கு எப்போதுமே இருப்பதால் கேலிக்குறியவனாக மாறும் அபாயத்தைத் தவிர்க்கிறான்:

I am no prophet — and here's no great matter;
I have seen the moment of my greatness flicker,
And I have seen the eternal Footman hold my coat, and snicker,
And in short, I was afraid.

நான் தீர்க்கதரிசி அல்ல — பெரிய விஷயமெல்லாம் இல்லை இங்கே
என் மகத்தான கனம் மின்னி மறைந்ததை நான் கண்டுவிட்டேன்
சாஸ்வத வாயில்காப்போன் என் மேலங்கியைப் பற்றியபடி நக்கலாகச் சிரிப்பதையும்,
சுருக்கமாகச் சொன்னால், பயமுற்றிருந்தேன்.

நாடகீயத் தன்னுரையைக் (dramatic monologue) கவிதை தன் பாணியாகச் சுவீகரித்துக் கொள்கிறது. ப்ரூஃப்ராக்கின் மனதில் பதிவுகளுக்கும் நினைவுகளுக்கும் இடையே நிகழும் தள்ளிழுப்பு நாடகமாக அனைத்துமே நிகழ்கின்றன. கவிதையின் மேற்கோள் தாந்தேயின் இன்ஃபெர்னோவிலிருந்து எடுக்கப்

பட்டிருக்கிறது. முந்தைய வாழ்வின் இரட்டைத் தன்மையை ("தந்திரங்களும் திருட்டு வழிகளும்") குறிக்கும் தீச்சுடரில் இருத்தப்பட்டிருக்கும் *Guido da Motefeltro* நரகத்தின் எட்டாவது வட்டத்திலிருந்து தனது அடையாளத்தைக் குறித்த தாந்தேயின் கேள்விக்குப் பதிலளிக்கிறான். ஃப்ரூப்ராக் தன் தன்னுரைக்கு முகவுரையாக க்வீடோவின் பதிலை மேற்கோளாக அளித்திருப்பது, செயலைத் தவிர்ப்பதற்காக அறிவை (தவறுதலாகப்) பிரயோகித்து பகற்கனவிலும் கற்பனையிலும் லயிக்க முற்படும் தனது கவிதையும்கூட க்வீடோவின் "தந்திரங்களிளும் திருட்டு வழிகளிளுடன்" சேர்த்தி என்று எச்சரிப்பதற்காகத்தான். கவிதையின் "நீ"யை ஃப்ரூப்ராக்கின் கூட்டுக்களவானியாகவும் அவனது இரட்டைச் சகோதரனாகவும் விளங்கும் வாசகனாக அர்த்தப்படுத்தலாம். அவனும் கையால் ஆகாத்தனத்தின் அழகியலை ரசித்துக் கொண்டு ஃப்ருப்ராக்கைப் போல் கற்பனை உலகில் லயித்திருப்பவன்தானே? அப்படி இல்லையெனில் ஃப்ரூப்ராக் புற உலகில் வெளிப்படுத்தும் ஆளுமையை (நீ) அவனது உள்ளார்ந்த ஆளுமை (நான்) பகுத்தாய்ந்து விமர்சிப்பதாகவும் இதைப் பொருட்படுத்திப் பார்க்கலாம். எது எப்படி இருந்தாலும் நானோ நீயோ கடற்கன்னிகளின் இசையில் லயித்திருக்கும் நாமிருவருமே (*we*) கவிதையின் முடிவில் முழ்கடிக்கப்படுகிறோம்.

இதெல்லாம் அனைவருக்குமே தெரிந்ததுதான், ஏனெனில் நூறாண்டுகளுக்கு மேலாக இக்கவிதை பகுத்தாயப்பட்டிருக்கிறது. இருப்பினும் அதன் அசாத்திய இசைத்தன்மை நூற்றாண்டு இடைவெளிக்குப் பின்னும் நமக்கு அழைப்பு விடுக்கிறது.

Let us go then, you and I,
When the evening is spread out against the sky
Like a patient etherized upon a table;

போகலாம் வாங்கள், நீங்களும் நானும்,

மேசையின்மீது உணர்வு நீக்கம் செய்யப்பட்டிருக்கும் நோயாளியைப் போல்

வானத்தின்மீது மாலை விரிந்து கிடக்கும் நேரத்தில்

இவ்வரிகளில் இயல்பாகவே ஒரு இசைத்தன்மை கூடி வருவதை நாம் உடனடியாக உணர்ந்து கொள்கிறோம். நம் செவித்தலையும் பொருட்படுத்தலையும் அதுவே வழி நடத்துகிறது. முதல் வரியில் உள்ள நிறுத்தற்குறி தானாகவே இடைநிறுத்தத்தைக் கோருகிறது, அதன் பின் வரும் இரண்டாம் வரி அது பேசும் வானத்தைப் போல் விரிந்து "enjambment"-வழியே தனது கரைகளை உடைத்து அடுத்த வரிக்கு வழிந்தோடுகிறது. ஆனால் நமது செவித்தல் இயல்பாகவே "patient" "etherized" வார்த்தைகளுக்குப் பின்னும் சற்று தாமதிக்கிறது. இசையின் கோரிக்கைக்காக மட்டுமல்ல, என்ன நடக்கிறது என்பதை மனதில் சற்று ஆராயவும்கூட. ரொமாண்டிசிஸ உவகையை உடனழைத்து வந்த வானத்தின் விரிவு இப்போது ஒரு மேஜையின் அளவிற்குக் கத்தரித்துச் சுருக்கப்பட்டு, அதன் மீப்பொருண்மை அனைத்தும் மருத்துவரீதியாக உணர்வு நீக்கம் செய்யப்பட்டிருக்கிறது.

Let us go, through certain half-deserted streets,
The muttering retreats
Of restless nights in one-night cheap hotels
And sawdust restaurants with oyster-shells:
Streets that follow like a tedious argument
Of insidious intent
To lead you to an overwhelming question.

குறிப்பிட்ட பாதி—வெறிச்சோடிய தெருக்கள் வழியே செல்வோம்
ஓர் இரவை மட்டுமே கழிக்கக்கூடிய மலின ஹோட்டல்களின் அமைதியற்ற
இரவுகளும்
மரத்தூள் உணவகங்களின் சிப்பி ஓடுகளுமாலான
முணுமுணுக்கும் ஒடுங்குமிடங்களுக்கு:
தீய நோக்கத்தை வலியுறுத்தும் சலிப்பளிக்கும் வாதத்தைப் போல் பின்தொடரும்
தெருக்கள் இட்டுச் செல்கின்றன
திணரடிக்கும் அக் கேள்விக்கு.

போன்ற வரிகளின் இசை *Preludes* கவிதைகளின் இசையை ஒத்ததே. அதில் *a vision of the street /As the street hardly understands* என்ற தரிசனம் நமக்கு அளிக்கப்பட்டது. இங்கு அதை ஃப்ரூப்ராக் வரவேற்பறை சல்லாபங்களில் (*where the woman come go / and talk of Michelangelo*) மூழ்கி அதைத் தவிர்க்க முயல்கிறான்.

ஆனால் அந்த நயவஞ்சகமான கேள்வி விடாப்பிடியாகா அவன் விழிப்புணர்வை, கவிதையின் உச்சத்திற்கு (என்னைப் பொறுத்தவரையில்) இழுத்து வருகிறது:

The yellow fog that rubs its back upon the window-panes,
The yellow smoke that rubs its muzzle on the window-panes,
Licked its tongue into the corners of the evening,
Lingered upon the pools that stand in drains,
Let fall upon its back the soot that falls from chimneys,
Slipped by the terrace, made a sudden leap,
And seeing that it was a soft October night,
Curled once about the house, and fell asleep

ஜன்னல் கண்ணாடிகளில் முதுகைத் தேய்க்கும் மஞ்சள் மூடுபனி,
ஜன்னல் கண்ணாடிகளில் முகவாய் தேய்க்கும் மஞ்சற் புகை,
மாலை கவியும் மூலைகளை நக்கி
வடிகால்களில் தேங்கிநிற்கும் குளங்களில் தாமதித்து
புகைப்போக்கிகளிலிருந்து வீழும் புகைக்கரியை
முதுகில் படர அனுமதித்தபடி
மொட்டமாடிக்கு நழுவி, திடீரெனப் பாய்ந்து
மென்மையான அக்டோபர் இரவென உணர்ந்தபின்
ஒருமுறை வீட்டைச் சுற்றிவிட்டு உறங்கச் சென்றது.

ஆங்கிலக் கவிதையின் மகோன்னதம் இங்கு முற்றிலும் காணக்கிடைக்கிறது. அதன் அபார இசை நம்மைப் பொறுமையாக ருசிக்கக் கோருகிறது. இரண்டு வரிகளின் சொற்ப இடைவெளியில் வரவேற்பறையை ரசித்துவிட்டு, ப்ரெலூட்களின் உலகத்திற்குத் திரும்பிவிடுகிறோம். கவிதையை

உரைப்பவன் இப்போது தன் புத்திசாலித்தனத்தின் அனைத்து வளங்களையும் பயன்படுத்தி, ஆண்ட்ரூ மார்வெல் (had we but world enough and time), ஆகமத்தின் பிரசங்கிகள் (a time to be born, a time to die இத்யாதி) மற்றும் ஹிசியோடின் Work and Days வரிகளை நினைவுபடுத்தி தன் ஏய்ப்பை தனது புத்தகத்தனத்தின் சுவாரசியமான நகைச்சுவைக்குப் பின் ஒளித்துக்கொள்ள முயல்கிறான்.

வரவேற்பறையின் சலிப்பும் அதன் தார்மீக விளைவுகளும் அவனது பகுத்தாயும் விழிப்புணர்வு மீது தாக்கம் செலுத்தி (அவன் அவர்களை அவதானிப்பதும் அவன் அவதானிப்பதை நாம் அவதானிப்பதும், இவை இரண்டிற்குமிடைய நிலவும் இடைவெளியில்தான் ஃப்ருஃப்ராக் தனது நாடகத்தை நிகழ்த்திக்கொள்கிறது.) அவனிடமிருந்து எதிர்வினையைக் கோருகின்றன. துணியத் துணிந்து, ஆனால் அளவிற்கு மீறி துணியத் துணியாது மிகக் கவனமாக அவன் மூன்று ரைமிங் சரணங்களில் தன் கம்பி பேல் நடக்கும் எதிர்வினையை ஆற்றுகிறான். எனவேதான் வரவேற்பறையின் பவ்யமான தொனியில் ஒலிக்கும் "Do I dare" "how should I presume?" போன்ற மூன்று முறை ஒலிக்கும் அனுபல்லவி வரிகள். தன் இயலாமையைக் குறித்த அருவெறுப்பை உலர்ந்த நகைச்சுவையால் தன்னையே மட்டம்தட்டி திசைதிருப்ப முயல்கிறான் (measured out my life with coffee spoons; When I am pinned and wriggling on the wall.) வரவேற்பறை நகைச்சுவையைத் திசைதிருப்பும் உத்தியாகப் பயன்படுத்துவதை அவன் நன்கு உணர்ந்திருக்கிறான் (Is it perfume from a dress /That makes me so digress?). தடைகளின்றி துணிந்திருந்தால் என்ன சொல்லிருப்பான் என்பதை கற்பனை செய்கிறான்:

Shall I say, I have gone at dusk through narrow streets
And watched the smoke that rises from the pipes
Of lonely men in shirt-sleeves, leaning out of windows?
...

இப்படிச் சொல்லவா, அந்தி சாயும் நேரத்தில் குறுகிய தெருக்களில் சென்றிருக்கிறேன்
உற்றிருக்கிறேன் குழாய்களிலிருந்து எழும் புகையை

ஜன்னல்கள் புறத்தே தலையை நீட்டி நீற்கும்
அரைக்கைச் சட்டையணிந்த தனிமையான மனிதர்களை

தரவின் சார்பின்மை ஓரளவிற்கு ஆசுவாசமளித்தாலும் சுய அவதானிப்பின் அருவெறுப்பைக் கடக்கப் போதுமானதாக இல்லை. எனவேதான் தனது அறைக்குள் வரவேற்கத் தகுதியானவை என்று என் சீனியர் கருதிய அந்த வரிகள்:

I should have been a pair of ragged claws
Scuttling across the floors of silent seas.

அமைதியான கடல்களின் தரைகளிற் குறுக்கே விரைந்தோடும் கரடுமுரடான ஜோடிக் கவ்விகளாக இருந்திருக்க வேண்டும் நான்

இதை மறுதலிப்பதில் பயனில்லை என்பதை உணர்ந்து கொண்டு தன் தற்போதைய நிலையின் குறைபாடுகளை ஏற்றபடி, பிறர் தன்னை சீரியஸாக ஏற்றுக் கொள்ள வேண்டும் என்று விழைவதைவிட தன்னையே பகடி செய்வது எவ்வளவோ மேல் என்று முடிவுக்கு வருகிறான். ஹாம்லெட்டை நகலிப்பதை உணர்ந்து அதையும் தன் பகடியில் மறுதலிக்க முயல்கிறான்:

No! I am not Prince Hamlet, nor was meant to be;
Am an attendant lord, one that will do
To swell a progress, start a scene or two,
Advise the prince; no doubt, an easy tool,
Deferential, glad to be of use,

இல்லை! நான் இளவரசன் ஹேம்லெட் அல்ல, அவ்வாறு ஆகியிருக்கக் கூடியவனுமல்ல
உடனழைத்து வரப்படும் சீமான் மட்டுமே, ஆனால் முன்னேற்றத்தை ஊக்கிப் பெருக்க, ஒன்றிரண்டு காட்சிகளைத் துவக்கிவைக்க
இளவரசனுக்கு அறிவுரை கூறப் போதுமானவன்; சந்தேகமில்லை, பவ்யமான, பயன்படுவதில் மகிழ்வுகொள்ளும், எளிமையான கருவி நான்.

ஆனால், அவன் பிரச்சனை என்னவென்றால், ஹேம்லெட்டாக நடிக்கும் தன் நாடகத்தில் தானே போலோனியஸ் வேடமும் கட்டியிருக்கிறான என்பதே. அதுவரையில் தான் ஒரு ஹீரோவாக நடந்துகொள்ளவில்லை என்பதை அவன் நன்கறிவான், எனவேதான் சுயமட்டப் பித்தலாட்டங்களில் ஈடுபட்டு முட்டாள்/ கோமாளியாக நடிக்க வேண்டிய நிர்பந்தம். எனேவேதான் தரிசனத்தின் மகோன்னதத்தில் முடியாமல் கவிதை விட்டேத்தியான தாமதித்தலில், கனவலைகளின் நுரையின் மீது நிகழும் ஓர் உலாவுதலாக முடிகிறது. இந்த வாசகரைப் பொறுத்தமட்டில் ஃப்ரூப்ராக் தோல்வியடைந்தவன் என்றாலும் அவனைப் பற்றிய கவிதை முற்றிலும் தோல்வியடையவில்லை. நகைச்சுவை மிளிரும் கற்பனைமிக்க புத்திசாலித்தனத்தின் உச்சத்தை அதன் பிறழ்வுகளுடன் மிக லாகவமாகக் கைப்பற்றி தெருவின் தாளங்களை மேட்டுக்குடி வரவேற்பறைக்குள் கொண்டுவந்து அவை இரண்டையும் அதன் இனிமையான இசையைக் கொண்டு ஓர் தள்ளிமுவை இறுக்கத்தில் வைத்திருப்பதே அதை குறிப்பிடும்படியான கவிதையாக்குகிறது.

> *After the sunsets and the dooryards and the sprinkled streets,*
> *After the novels, after the teacups, after the skirts that trail along the floor—*

> சூரிய அஸ்தமனம் கதவு முற்றங்கள், மற்றும் தெளித்துவிடப்பட்ட தெருக்களுக்குப் பிறகு,
> நாவல்களுக்குப் பிறகு, தேநீர் கோப்பைகளுக்குப் பிறகு, தரையில் பிரளும் பாவாடைகளுக்குப் பிறகு—

இவ்வளவு இனிமையானதொரு இசைக்காகவே ஒருவர் "*the sea-girls wreathed with sea weed red and brown*"-ஐப் பார்த்தபடியும் காதில் கிணுகிணுக்கும் "*songs of the mermaids singing each to each*"-ஐ கேட்டபடியும் கடலின் உள்ளறைகளில் மூழ்கும் அபாயத்தை ஏற்றுக் கொள்ளலாம். இவ்வஞ்சலியிலும் முடிவும் ஆரம்பமும் ஒத்திருக்கட்டும். எஸ்ரா பவுண்ட் அவருக்களித்த பிரிவுரை ஒன்றை கிஞ்சித்தே மாற்றி

இக்கட்டுரையை முடித்துக் கொள்வோம்: "அன்னாரது ஆத்மா சாந்தியடையட்டும். என்னால் மீண்டும் வலியுறுத்தத்தான் முடியும், ஆனால் நூறாண்டுகளுக்கு முன்பிருந்த அதே அவசரத்துடன்: அவரைப் படியுங்கள்."

- ஆகஸ்ட் 2022

மகோன்னதத்திற்கான ஆயத்தம் :
டி.எஸ்.எலியட்டின் ஆரம்பகாலக்
கவிதைகள் — 2

மகோன்னதத்திற்கான ஆயத்தம் :

டி.எஸ்.எலியட்டின் ஆரம்பகாலக் கவிதைகள் — 2

The Love Song of Alfred J Prufrock கவிதையில் அதன் விருப்புறுதியில்லாது தடுமாறும் நாயகன், மிகெலாஞ்சலோவைப் பற்றி கதைத்தபடியே வந்துபோகும் பெண்கள் சூழ்ந்திருக்கும் வரவேற்பறையைத் தவிர்ப்பதற்காகப் புறவுலகு தரிசனங்களை (மலிவான ஹோட்டல்கள், மரத்தூள் பரப்பப்பட்டிருக்கும் உணவகங்கள், நயவஞ்சகமான தெருக்கள், மஞ்சள் மூடுபனி / புகை போக்கிக் கரி படிந்திருக்கும் பூனை போன்றவற்றை) வலுக்கட்டாயமாக நினைத்துப் பார்க்கிறான். மேலும் அப்புறவுலகு ரொமாண்டிசிஸ்ட்களின் வழக்கமான, *pathetic fallacy* இல்லாது, அதாவது கவிஞரின் உணர்வுகள் கவிதையின் பொருட்களின் மீது திணிக்கப்படாமல் (*Art thou pale for weariness... wandering companionless?* என்று ஷெல்லியின் பிரசித்தி பெற்ற கவிதையொன்று நிலவைக் கேட்கிறது) நமக்கு அளிக்கப்படுகிறது. ஆனால் தெருவிற்கும் தன்னைக் குறித்த சுயதரிசனமொன்று இருக்குமாயின், அதற்கு சுயநினைவொன்று இருக்குமாயின், அதை அவதானிக்கும் கவிஞரின் விழிப்புணர்வு (அவரது ஈகோ / உணர்வுகளாக அல்லாது) தெருவிற்குப் பதிலியாக, தன்னையே அவதானித்துக் கொள்ளும் தெருவின் பார்வையாகக் கவிதையில் இருக்க முடியுமா?

Rhetoric and Poetic Drama கட்டுரையில் எலியட் ஷேக்ஸ்பியரின் அபாரமான சொல்லாட்சி மிளிரும் நாடகத் தருணங்களைப் பற்றிப் பேசுகையில் அதை, "நாடகப்பாத்திரம் நாடகீய வெளிச்சத்தில் தன்னையே அவதானிக்கும்" தருணங்களில் அடையாளப்படுத்தினார். வாசகர்களாகிய நாம் பார்வையாளர்கள் என்ற நிலையைத் தக்கவைத்துக் கொண்டு

எப்போதுமே அவற்றில் புறத்திலிருந்து முழுப் புரிந்துணர்வுடன் அணுக வேண்டிய அவசியத்தையும் அவர் வலியுறுத்தினார். அதாவது, நம் உணர்வுநிலைகளின் சார்பைத் தவிர்த்து பாத்திரம் தனது உணர்வு நிலையைச் சார்ந்து தன்னையே பொருட்படுத்திக் கொள்வதை, அது தன்னையே பார்வையிடும் கோணத்திலிருந்து கவனித்தும், பகுத்தாய்ந்தும் பார்வையாளர்களாகிய நாம் உள்வாங்கிக் கொள்ள வேண்டும் என்ற அர்த்தத்தில். இதைத்தான் அவரது ஆரம்பகால தாக்கங்களான பிரௌனிங்கும் ஜேம்ஸும் செய்தார்கள். பாத்திரப் படைப்பு, கதை போன்ற அம்சங்களைப் பொறுத்தவரையில் ஜேம்ஸின் வார்த்தைகளில் கூறுவதானால் வெளிப்படுத்தும் விவரக்குறிப்பின் (expressive particularization) வழியே குறிப்பிட்ட இடத்தின் / பாத்திரத்தின் உலகளாவிய தன்மையை வெளிக்கொணர்வது. பாத்திரத்தின் தரிசனமும், பார்வையும் பார்வையாளர் / வாசிப்பவரின் உணர்ச்சிகளாலும் கருத்துகளாலும் மாசுபடாமலிருப்பது அல்லது விவரிக்கப்பட்டவற்றின் வெளிப்பாடானது விவரிக்கப்படுவதிலிருந்து இயல்பாகவே எழுவது என்றும் இதை அர்த்தப்படுத்திக் கொள்ளலாம்.

Prelude I-இல் நாம் உள்ளே இருந்து வெளியே நகர்கிறோம், மாமிசத்தின் எரிந்த வாசனை, நகர்ப்புற வீட்டு வளாக இணைபாதைகளில் வியாபித்திருக்கும் வாசங்களிலிருந்து (*Preludes* முதலில் *Preludes of Roxbury* என்று பெயரிடப்பட்டது குறிப்பிடத்தக்கது, ராக்ஸ்பரி ஏழ்மையும் அதற்கேயுரிய கடுமையான நிதர்சனங்களும் நிலவும் ஒரு பாஸ்டன் நகரச் சுற்றுப்புறம்) பூகைமூண்ட நாள்பொழுதொன்றை எதிர்கொள்வதற்காக வெளியே அழைத்துச் செல்லப்படுகிறோம். சொல்லாடல் நகைப்பூட்டுவதாக அமைந்திருக்கிறது. வரிகளுக்கிடையே நிகழும் சவ்வூடுபரவலையும் நாம் கண்டுகொள்கிறோம். இரண்டாவது வரியிலிருந்து நான்காவதிற்கு ஊடுருவும் வாசம் பிரதானமாக “பார்வைக்காக” கட்டமைத்திருக்கும் பத்தியை உருமாற்றி அதற்கு “முகர்தல்” மேலழுத்தங்களை அளிக்கிறது. அதன் தாக்கத்தில் நாற்பொழுது “புட்டம் வரையிலும்” புகைக்கப்பட்டிருக்கும் சுருட்டைப்போல் சாம்பலின் பின்சுவையை விட்டுச் செல்கிறது.

The winter evening settles down
With smell of steaks in passageways.
Six o'clock.
The burnt-out ends of smoky days.

குளிர்கால மாலை நிலைக் கொள்கிறது
இடைவழிகளின் ஸ்டேக் வாசத்துடன்.
ஆறு மணி.
புகையும் நாட்களின் எரிந்த முனைகளுடன்

அதன்பின் American Beauty என்ற ஹாலிவுட் திரைப்படத்தின் பிரசித்தி பெற்ற காட்சியையும், வில்லியம் கார்லோஸ் வில்லியம்ஸின் The Term கவிதையையும் நினைவுறுத்தும் வகையில் குப்பையையும் வெறுமையையும் வீதிகளிலிருந்து காற்று அடித்துச் செல்கிறது:

And now a gusty shower wraps
The grimy scraps
Of withered leaves about your feet
And newspapers from vacant lots

இப்போது பலத்த காற்றுடன் கூடிய மழை சுருட்டிச் செல்கிறது
காலடியில் வதங்கிக் கிடக்கும் இலைகளின கசட்டு எச்சங்களையும்
வெறுமையான வெளிகளில் மீந்திருக்கும் செய்தித்தாற்களையும்.

காட்சியைக் குறித்த விவரணைக் குறிப்புகளின் படிப்படியான அதிகரிப்பையும் மீறி செவ்வியல் இசையில் diminuendo என்ற ஒலி சன்னமாகும் தருணத்திற்கு ஏற்ற மனநிலையை, (விளக்குகள் ஏற்றப்பட்டாலும்) உருவாக்கும் முதல் ப்ரெலூடை முடித்து வைக்கும் வரி: *And then the lighting of the lamps.* (அதன்பின்னோ விளக்குகளின் ஏற்றம்)

விளக்குகளின் அந்தி வெளிச்சத்தில், முதல் ப்ரெலூடின் முடிவில் தோன்றியது, புலனுலகிலிருந்து பிறக்கும் நனவின் வெளிப்பாடாகும். இந்நனவுடன்தான் Prelude II தொடங்குகிறது.

மீண்டுமொரு முறை வலியுறுத்துகிறேன், இது கவிஞரின் விழிப்புணர்வல்ல, அவர் பாடும் காலையின் விழிப்புணர்வு. இது எப்படி இருக்கிறதென்றால், இரவு முழுதும் கும்மாளமிட்ட தெரு காலையில் விழிக்கையில் தனக்கு "ஹேங்கோவர்" இருப்பதை உணர்ந்தபடி (அதன்மீது) காலை நேரக் காப்பிக்குச் செல்லும் இந்தப் பைத்தியக்காரக் கூட்டம் சற்று அமைதியாக இருந்தால் தேவலை என்று இறைஞ்சுவது போலிருக்கிறது:

> The morning comes to consciousness
> Of faint stale smells of beer
> From the sawdust-trampled street
> With all its muddy feet that press
> To early coffee-stands.

காலை சுயநினைவிற்கு வருகிறது
மந்தமான மக்கிய பீர் வாடையுடன்
சேற்றுக் காலடிகள் காப்பிக் கடைகளுக்கு அதிகாலையில் விரையும்
மரத்தூள் மிதிபடும் தெருவிலிருந்து

Prelude I – இன் வாசனைகள் கவிதையை உள்ளிலிருந்து வெளியே அழைத்துச் சென்றதென்றால் இரண்டாவது ப்ரெலூடில் அவை அதற்குத் தலைகீழாக வெளியிலிருந்து உள்ளிற்கு பயணித்து அறைகலன் அமைக்கப்பெற்ற ஆயிரம் அறைகளில் "கறைபடிந்த ஜன்னல் திரைகளை" உயர்த்தும் கைகள் பங்கேற்கும் "காலத்தின் முகமூடி நாடகங்களின்" மீள் தொடக்கத்தை தெரு அவதானிப்பதில் முடிகிறது. Preludes I, II இரண்டுமே பூட்லேரின் *Evening twilight, Morning twilight* கவிதைகளையும் நகர்ப்புற அவலத்திலிருந்து அவை வார்த்தெடுக்கும் கடும் அழகையும் நினைவுறுத்துகிறது.

> It comes like an accomplice, stealthily; the sky
> Closes slowly like an immense alcove,
> And impatient man turns into a beast of prey
> (Le Crépuscule du soir)

அது கூட்டாளியைப் போல் திருட்டுத்தனமாக வருகிறது; வானம் மெதுவாக மூடிக்கொள்கிறது அகண்ட மாடக்குழியைப் போல், பொறுமையிழக்கும் மனிதன் வேட்டையாடும் மிருகமாக மாறுகிறான்.

அந்திக் கருக்கல்

They were sounding reveille in the barracks' yards,
And the morning wind was blowing on the lanterns...
And man is tired of writing and woman of making love.
(Le Crepuscule du matin)

பாரக்ஸ் முற்றங்களில் துயிலெழுப்பும் ஒலிகளை ஒலித்துக் கொண்டிருந்தார்கள்.
காலைக் காற்று லாந்தர் விளக்குகள்மீது வீசுகின்றன...
ஆணுக்கு எழுத்து சலித்துவிட்டது பெண்ணுக்கோ காதல் செய்வது

புலரியின் அந்தியொளி

Prelude III- இல் Prelude II மொழிந்த நயவஞ்சகமான வாதத்திலிருந்து அது சுட்டிய "thousand furnished rooms" ஒன்றிற்குள் சென்று அதில் "thousand sordid images" கட்டமைக்கும் ஓர் அகத்தைச் சந்திக்கிறோம். கவிஞர் இன்னமும் பார்வையாளராகவே இருக்கிறார், அவரது பார்வை பாத்திரத்தின் விழிப்புணர்வின் மீது பதிந்திருக்கிறது, அது தன் புறநிலை அனுபவத்தை எப்படி எதிர்கொள்கிறது என்பதையும் அதிலிருந்து தன் அகத்தையே அது எவ்வாறு கட்டமைக்கிறது என்பதையும் அவதானித்தபடி:

You dozed, and watched the night revealing
The thousand sordid images
Of which your soul was constituted;

நீ உறங்கிவிட்டாய், உன் ஆன்மா கட்டமைக்கப்பட்டிருக்கும்
ஆயிரம் கேவலமான படிமங்களை வெளிப்படுத்தும்
இரவைப் பார்த்தபடியே.
அதன்பின்,

And you heard the sparrows in the gutters,
You had such a vision of the street
As the street hardly understands;

நீர்தாரைகளிலிருந்த குருவிகளைச் செவித்தாய்,
தெரு சற்றுமே புரிந்துகொள்ள முடியாத
தெருவைக் குறித்த தரிசனம் உன்னிடமிருந்தது;

அப்பொழுதே கட்டமைக்கப்பட்ட ஆன்மா, அதன் நிதர்சனத்தைக் கணப்பொழுதே தப்பித்திருக்கும் ஆன்மா (வெறுமனே படுக்கையின் விளிம்பில் உட்கார்ந்தபடி, தலைமுடியில் கர்லிங் காகிதங்களைச் சுருட்டியபடி, அழுக்கு மண்டியிருக்கும் கைகள், மஞ்சள் உள்ளங்கால்கள் போன்ற நிதர்சனங்கள்), அதற்கொரு தரிசனம் *Prelude III*-இல் கிட்டியதென்றால் அத்தரிசனத்திற்காக *Prelude IV*-இல் அது தண்டிக்கப்படுகிறது:

His soul stretched tight across the skies
That fade behind a city block,
Or trampled by insistent feet
At four and five and six o'clock;

நகரத் தொகுதிக்குப் பின்னே மங்கிமறையும் வானத்திற்குக் குறுக்கே
அவன் ஆன்மா இறுக்கமாக விரிக்கப்பட்டிருந்தது
அல்லது நாலு, ஐந்து மற்றும் ஆறு மணிக்கு
வற்புறுத்தும் காலடிகளால் மிதிபட்டது;

ஆனால், நாம் இப்போது காலடிகளால் மிதிபடும் உலகத்திற்கும், காலத்தின் முகமூடி நாடகங்களுக்கும், *Preludes I and II*-வில் நாம் அவதானித்த தெருக்களின் தரிசனத்திற்குமே மீண்டும் வந்துவிட்டோம். பயங்கரமான சமத்துவமொன்று நிறுவப்படுவதை உணர்ந்து கொள்கிறோம்: பெண்ணின் தரிசனம் தெருவின் தரிசனமே தவிர வேறொன்றுமில்லை. அதாவது தெருவின் நிதர்சன இருப்பு கண்டெடுக்கும் தரிசனத்தைவிட

பெண்ணின் தரிசனத்தை உயர்த்துவதற்குத் தேவையான தார்மீகப் பாகுபாடு எதுவுமில்லை. எனவேதான் கவிதையின் கட்டுப்படுத்தும் அதிகாரத்தை ஆளுமைப்படுத்தப்பட்ட தெரு மீண்டும் கைப்பற்றுகிறது:

> Assured of certain certainties,
> The conscience of a blackened street
> Impatient to assume the world.

சில உறுதிப்பாடுகள் உறுதியளிக்கப்பட்ட நம்பிக்கையில்
கருக்கப்பட்ட தெருவின் மனசாட்சி
பொறுமையிழந்து உலகை அட்கொள்ள முனைந்தது.

ஆனால், அந்த அவலமான சமானம் பொறுக்கமுடியாததாக இருப்பதால் அதுவரையில் சார்பற்ற பார்வையாளராக இருந்த கவிஞன், தன் நடுநிலையிலிருந்து வழுவி, இறுதி வரிகளின் தளர்வான துன்பம் தோய்ந்த தொனிக்கு மாறுகிறான். கவிதையும் அதற்கேற்ற வகையில் முன்னிலையிலிருந்து (நீ - you) தன்மைக்கு மாறுகிறது (நான் - I)

> I am moved by fancies that are curled
> Around these images, and cling:
> The notion of some infinitely gentle
> Infinitely suffering thing.

இப்படிமங்களைச் சுற்றிச்சுழலும் கற்பனைகளால்
நெகிழ்த்தப்பட்டு இன்னமும் பற்றியிருக்கிறேன்:
எல்லையில்லாது துன்பற்றிருக்கும் எல்லையிலா
மென்மைகொண்ட வஸ்துவைக் குறித்த சிந்தனையை.

Assumption, Conscience போன்ற வார்த்தைகளுக்குக் கிருத்துவ மேலதிக அர்த்தங்கள் உள்ளதால் (அதாவது சுவர்க்கத்தில் ஏற்கப்படல், மனசாட்சி என்ற அர்த்தங்கள்) அந்த

எக்காலத்திற்கும் / எல்லையற்றும் துன்புறும் அந்த "thing" -கை மீட்பர் கிருஸ்துவாகவும் பொருட்படுத்தலாம். ஆனால் அப்பொருட்படுத்தல் நிறுவப்படாத தற்செயல் சுட்டுதல் என்பதை வலியுறுத்துவது போல் அந்த ஆதர்சம் உடனேயே கேலி செய்யப்படுகிறது (*Wipe your hand across your mouth, and laugh;*) இறுதியில் வெறும் இயற்கைச் சுழற்சி முறைமையின் நடுவுநிலைமையில் நாம் விடப்பட்டிருந்தாலும் அந்த ஆதர்சத்தின் உன்னதத்தை அந்த புராதனப் பெண்களின் கண்ணியத்தினூடே ஓரளவிற்கேனும் உணர்த்து கொள்கிறோம்.

The worlds revolve like ancient women
Gathering fuel in vacant lots

வெற்று வளாகங்களில் எரிபொருள் சேகரிக்கும்
புராதனப் பெண்டிரைப்போல் உலகங்கள் சுழல்கின்றன.

Preludes (1910-11) எழுதிய காலத்தில் எலியட், ஹென்றி பெர்க்சனின் விரிவுரைகளிலும் கலந்துகொண்டார். அவற்றில் *Matter and Memory, Creative Evolution.* போன்ற புத்தகங்களில் பெர்க்சன் பேசிய தத்துவக் கோட்பாடுகளை அறிமுகப்படுத்திக் கொண்டார். இக்கோட்பாடுகளின் தாக்கமும் அவற்றிற்கான எதிர்வினையும் *Preludes III, IV* பகுதிகளில் மேலோட்டமாகவும் *Rhapsody on a Windy Night* கவிதையில் சற்று விரிவாகவும் காணக்கிடைகின்றன. பெர்க்சனைப் பொறுத்தவரையில் மெய்ம்மை என்பது முடிவிலா பரிணாமத்தில் உரு கொள்ளும் ஓர் முறைமையாகும். அதை தூய கால அளவை (*pure duration, durée reelle*) என்று அவர் அடையாளப்படுத்தினார். ஆனால் நிலைகொள்ளா இக்காலப் பாய்ச்சலை, விழிப்புணர்வு புலனனுபவத்தின் படிமங்களின் வழியே நிலையானதாக அர்த்தப்படுத்திக் கொள்கிறது. பொருண்மை உலகுடன் தொடர்பு கொள்கையில் அதை "உணர்வோன்" படிமங்களாக தன் நனவில் உள்வாங்கிக் கொள்கிறான். நனவில் அவை நினைவுகளாக நீடிக்கின்றன. பெர்க்சனின் கூற்றுப்படி, இந்நினைவுகளின் கூட்டுத் தொகையே *durée*. இதை அவர் ஆக்கப்பூர்வமானதாகக்

கருதினார், ஏனெனில் உணருபவரின் எதிர்கால உணர்வை அது பாதிப்பதால் / வழி நடத்துவதால். "Plane of action" "செயலின் தளம்" (அதாவது கடந்த காலம் உடலால் சுருக்கப்பட்டு, motor habits எனப்படும் இயக்கப் பழக்கமாக உறைந்திருக்கும் தளம்) Plane of memory /Plane of Dreams "நினைவின் / கனவின் தளம்" (அதாவது கடந்த காலம் படிமங்களாக உறைந்திருக்கும் தளம்), என்று அவர் வரையறுத்த தளங்களுக்கிடையே ஊசலாடும் விழிப்புணர்வின் நண்டு நடை போன்ற அசைவின் வழியேதான் புலனனுபவத்தை நாம் உணர்ந்து கொள்கிறோம். இதுவரை சரி, எலியட்டுமே ஆன்மா நினைவுப் படிமங்களால் கட்டமைக்கப்பட்டது என்பதை ஏற்றுக் கொண்டார் (Prelude III விவரித்த The thousand sordid images /Of which your soul was constituted). ஆனால் நிதர்சன அனுபவத்திலிருந்து (actual experience) ஒருங்கிணைத்த அனுபவத்திற்குத் தாவி (integral experience) இடைப்பட்டொளிரும் மீப்பொருண்மை உள்ளுணர்வு என்ற விளக்கின் செயற்பாட்டால் அதை பரிபூரணத்துடன் பெர்க்சன் இணைக்க முற்படுகையில் எலியட் அவரிடமிருந்து வேறுபடுகிறார். பெர்க்சனைப் பொறுத்தவரை, படைப்பாற்றலின் தூண்டுதலே பரிணாம முறைமைக்கான உந்து சக்தியாகும் (the elan vital) இயற்கையின் தேர்வு அல்ல. இவ்வுயிர் சக்தியானது எப்போதுமே வாழ்க்கையை ஒரு திருகு சுழலில் முடிவிலியில் நிறைவுறும் ஓர் இடையறாத ஆகுதலில் (becoming) வாழ்க்கையை மேலும் மேலும் ஒருங்கிணைக்கப்பட்ட உயர் தளங்களுக்கு அழைத்துச் செல்கிறது. அந்த இறுதித் தருணத்தில் நம் தனிப்பட்ட கால அளவைகள் (duree) பரிசுத்தமான பரிபூரண காலத்துடன் ஒன்றிவிடும் என்று பெர்க்சன் வாதாடினார். எலியட்டிற்கு இத்தாவுதல் ஏற்புடையதாக இல்லை, அவர் ஒரு முறை "அழியாதது பற்றிய அவரது உற்சாகமான வாக்குறுதியானது சற்றே மலிவான கவர்ந்திழுத்தல் போலில்லையா" என்று கேட்டார். பெர்க்சனிடமிருந்து மனதையும் காலத்தையும் பற்றிச் சிந்திப்பதற்கான சில அணுகுமுறைகளை மட்டுமே அவர் எடுத்துக்கொண்டார். Preludes-இலும் அதற்கடுத்து வந்த Rhapsody on a Windy Night கவிதையிலும் இவை தெளிவாகவே வெளிப்படுகின்றன.

ராப்சடி அறிமுகம், மூன்று அரை நாழிகைகள் (1.30-3.30) தொடங்கிவைக்கும் மூன்று விவரணைகள், நான்கு மணிக்கு ஆரம்பித்து கவிதையை முடித்து வைக்கும் இறுதிச் சரணம் என்று கட்டமைக்கப் பட்டிருக்கிறது. "தூய்மையான நேரத்தின்" தொடர்ச்சியான பிரிக்கப்படாத ஓட்டம், ஒவ்வொரு பகுதியின் தொடக்கத்திலும் நேரத்தை அறிவிக்கும் தெரு விளக்குகளால் கவிதையில் இடம்-காலமாக (space-time) வரையறுக்கப்படுகிறது. கவிதை வழக்கமான யாப்பிலக்கணங்களைத் தவிர்த்து "கற்பனையின் தர்க்கம்" (கருத்துகளின் தர்க்கத்திற்கு மாறாக) என்று எலியட் ஒருமுறை அடையாளப்படுத்தியதை வாசகனிடம் கோருகிறது, அவை நிகழும் தருணத்தில் அவற்றை கேள்விக்கு உட்படுத்தாமல் நினைவில் படிமங்களை அடுத்தடுத்து உள்வாங்கியபடி அவை இறுதியில் ஒருங்கிணைந்து மொத்த விளைவை அவனுள் உருவாக்க அனுமதிக்க வேண்டும் என்பதே அக்கோரிக்கையின் சாரம். இடம்-காலம் மற்றும் நினைவு குறித்த நமது வழக்கமான கருத்தியல் தர்க்கம் மற்றும் அதன் "தெளிவான தொடர்புகள்/அதன் பிளவுகள் மற்றும் துல்லியங்கள்" ஆகியவை கலைக்கப்பட்டு, உணர்தலின் உடனடி பொருட்கள் கடந்த கால நினைவுகளுடன் இணைக்கப்படுகின்றன. இது பெர்க்சனின் புலனுணர்வுக் கோட்பாடு மற்றும் அதை வழிநடத்திப் பொருட்படுத்தும் நினைவக-படிமங்களுடன் ஒத்துப்போகிறது. இருப்பினும் "lunar incantations"-சும் La lune ne garde aucune rancune வரியும் (நிலவு எந்த மனக்கசப்பையும் நினைவில் வைத்திருப்பதில்லை) நாம் பலமுறை எலியட்டின் ஆரம்பகால கவிதைகளில் சந்தித்திருக்கும் அந்த லஃபோர்க்கியக் கலகக்காரனும் உடனிருப்பதைச் சுட்டி நம்மை எச்சரிக்கிறது.

> Whispering lunar incantations
> Dissolve the floors of memory
> And all its clear relations,
> Its divisions and precisions,
> Every street lamp that I pass
> Beats like a fatalistic drum

முணுமுணுக்கும் சந்திர உச்சாடணங்கள்
கரைக்கின்றன நினைவின் தளங்களையும்
அதன் தெளிவான தொடர்புகளையும்
அதன் பிரிவுகள் மற்றும் துல்லியங்களையும்,
நான் கடந்துசெல்லும் ஒவ்வொரு தெருவிளக்கும்
விதியின் பறையைப் போல் தாளமடிக்கின்றன.

முதல் அதியம் பெர்க்சனின் கனவுத் தளத்தை அறிவிப்பது போல் ஓர் இல்பொருள் மாயத் தோற்றத்தைப் போல் நிகழ்கிறது. அதில் பெண்ணைச் செயலின் தளத்தில் எதிர்கொள்ளும் நனவு:

And you see the corner of her eye
Twists like a crooked pin

கோணல் ஊசியைப் போல் வளையும்
அவள் கண்ணோரத்தை நீ கண்ணுறுகிறாய்.

தானாகவே நினைவுக் கிடங்கை நோக்கிச் செல்ல, நினைவுத்தளத்திலிருந்து பொருத்தமான நினைவுப் படிமங்கள் மேலெழும்பி வருகின்றன:

A crowd of twisted things;
A twisted branch upon the beach
Eaten smooth, and polished
As if the world gave up
The secret of its skeleton,
Stiff and white.

கோணல் வஸ்துகளாலானதொரு கூட்டம்,
கோணற் கிளை கடற்கரையின் மீது
வழுவழுப்பாக அரிக்கப்பட்டு, மெருகூட்டப்பட்டு

விறைப்பாக வெண்மையாக வெளிப்படும்
அதன் எலும்புக்கூட்டு ரகசியத்தை
உலகம் விட்டுக் கொடுத்துவிட்டதைப் போல்.

அடுத்த இரண்டு வரிகள் பெர்க்சனைப் பகடி செய்வதாகவும் இருக்கலாம். பொருண்மை அறிவில் தொடங்கி அதைக்காட்டிலும் உயர்வான ஒருங்கிணைத்த அறிவைக் கண்டடையும் மீமெய்யறிவை விளக்க பெர்க்சன் ஒரு சுருள் (spring) உவமானத்தைப் பயன்படுத்தினார். அச்சுருளின் இறுக்கம் அது இயைக்கும் பெண்டுலத்தின் அசைவிலிருந்து வேறுபட்டிருப்பதை சுட்டிக்காட்ட... எலியட்டின் சுருளோ துருப்பிடித்து, வீரியம் குன்றி, உடையக் காத்திருக்கிறது.

A broken spring in a factory yard,
Rust that clings to the form that the strength has left
Hard and curled and ready to snap.

தொழிற்சாலை முற்றத்தில் உடைந்த சுருள்வில்
வலிமை விட்டுச்சென்ற உருவில் ஒட்டிக்கொண்டிருக்கும் துரு
கடினத்துடன் சுருண்டபடி, சட்டென உடைவதற்குத் தயராக

இரண்டாவது விவரணை பெர்க்சனின் செயல்பாட்டுத் தளத்தில் (மோட்டார் பழக்கங்கள்) நடப்பதாகக் கருதலாம். பூனை நாக்கை நீட்டுவதும், குழந்தை கையை நீட்டுவதும், நண்டு குச்சியைப் பற்றிக் கொள்வதும், இவையெல்லாம் அனிச்சையாக நிகழ்கின்றனவே ஒழிய, duree reelle-இன் முழுமையை தன் ஆளுமையின் முழு ஆற்றலையும் சுதந்திரத்தையும் கொண்டு கைப்பற்றும் மீமெய் உள்ளுணர்வின் வழிநடத்தும் ஒளியால் அல்ல.

"Remark the cat which flattens itself in the gutter,
Slips out its tongue
And devours a morsel of rancid butter."
So, the hand of a child, automatic,

Slipped out and pocketed a toy that was running along
the quay.
...
An old crab with barnacles on his back,
Gripped the end of a stick which I held him."

நீர்தாரையில் தன்னைத் தட்டையாக இருத்திக்கொள்ளும் பூனையைக் குறிப்படவும்,
நாக்கைத் துருத்தியபடி
கெட்டுப்போன வெண்ணெய்த் துண்டை விழுங்குவதையும்
குழந்தையின் கை அனிச்சையாக நீண்டு
கால்வாயில் மிதந்து சென்ற பொம்மையை எடுத்து பாக்கெட்டில்
போட்டுக்கொண்டதையும்
...
முதுகில் சிப்பிகள் அண்டியிருக்கும் கிழ நண்டு
நான் நீட்டிய குச்சியின் முனையைப் பற்றிக்கொண்டது

மூன்றாவது விவரணையில் கனவின் தளமே மோட்டார் தானியங்கித் தளத்தின் கூறுகளைக் கொண்டு இயங்குகிறது. அறிமுக ஸ்டான்சாவில் உச்சாடனம் செய்த நிலவு இப்போது நினைவுகளை இழக்கிறது. கழுவி மெழுகப்பட்ட அதன் முகம் அம்மை வடுக்களால் கொத்தப்பட்டிருக்கிறது. அனுபவத்தை உள்ளுணர்வால் ஒருங்கிணைக்க முடியாததால் அதன் மூளை பழைய வாடைகளை அனிச்சையாக தருவித்துக் கொள்கிறது. முந்தைய பகுதிகளில் இடம்பெற்றவை, கண்கள், மூலைகள், திருப்பங்கள் இத்யாதி... கற்பனையால் உயிரூட்டப்படாத கூறியதுகூறலில் மட்டுமே அது ஈடுபடுவதால் கவிதையின் தொடக்கத்தில் இறந்துவிட்டாலும் வெறித்தனமாக ஆட்டப்பட்ட ஜெரேனியம் இப்போது வெய்யிலற்று வரண்டு கிடக்கிறது. நித்தியத்தின் அன்றாட வாடைகளால் கடப்பு முற்றிலும் அழிக்கப்படுகிறது:

Smells of chestnuts in the streets,
And female smells in shuttered rooms,

And cigarettes in corridors
And cocktail smells in bars.

தெருக்களில் கஷ்கொட்டைகளின் வாசனைகள்,

மூடப்பட்ட அறைகளில் பெண் வாசனைகள்,

தாழ்வாரங்களில் சிகரெட்டுகள்

பார்களில் காக்டெய்ல் வாசனைகள்

முந்தையை ஸ்ட்ரோஃபிக்களில் கவிதை முன்வைத்ததின் அப்பட்டமான முடிவை இறுதி வரிகள் தருவித்துக் கொள்வதுபோல் பாவனை செய்கின்றன. மீமெய் விளக்கால் வழிநடத்தப்பட்டு, நினைவில் கண்ட, ஒருங்கிணைக்கப்பட்ட முழுமையான அனுபவம் அன்றாட நிதர்சனத்துடன் ஒன்றிப் போகிறது. மாயைவிலக்கக் கத்தியின் இறுதிப் திருப்பம் *duree reelle*-யை வெளிப்படுத்துகிறது, அந்தோ பரிதாபம், அது அன்றாடத்தின் சலிப்பு மற்றும் மூர்க்கத்தின் மற்றொரு முகமாகவே நமக்குக் காட்சியளிக்கிறது. பரிபூரணத்திலுமே (*absolute*) அப்சொலூட் வோட்காவின் வாடை வீசுகிறது!

Here is the number on the door.
Memory!
You have the key,
The little lamp spreads a ring on the stair,
Mount.
The bed is open; the tooth-brush hangs on the wall,
Put your shoes at the door, sleep, prepare for life."
The last twist of the knife.

இதோ கதவில் எண்.

நினைவு!

உன்னிடம் சாவி உள்ளது,

சிறிய விளக்கு படிக்கட்டில் ஓர் வளையத்தை விரிக்கிறது,

ஏறு.

படுக்கையறை திறந்திருக்கிறது; பல்துலக்கி சுவரில் தொங்குகிறது,
காலணிகளை வாசலில் வை, உறங்கு, வாழ்க்கைக்குத் தயாராகு.

ப்ரெலூட்ஸ், ராப்சடி கவிதைகள் இரண்டுமே ஆதர்சம் என்ற கருத்தையே சந்தேகிப்பது போல் முடிகின்றன. அவை ஒரே அமர்வில் எழுதி முடிக்கப்படவில்லை என்றாலும் ஆச்சரியமான விதங்களில் ப்ரூஃப்ராக் கவிதையுடன் ஒத்திசைந்து எதிரொலிக்கின்றன. ஆனால் ப்ரூஃப்ராக் ஒரு வகையில் கடற்கண்ணிகளின் பாடலைத் தேர்வு செய்து பலிவீனமாகிறதென்றால் ராப்சடி ஸ்திரமாக நிதர்சனத்தில் வேரூன்றி நிற்கிறது. பெர்க்சனின் முறைகளைக் கொண்டே பெர்க்சனின் அறுதியான பரிபூரணத்தை அது நிராகரிக்கிறது. மானுடக் குரல்கள் நம்மை எப்போதுமே எழுப்புகின்றன (ப்ரூஃப்ராக்கையும்கூட), கடற்கண்ணிகளின் பாடல் நாராசக் கூச்சலால் மூழ்கடிக்கப்படுவது வலிதருவதாகவே இருந்தாலும் அவை மனிதத்தின் குரலிலேயே ஒலிக்கின்றன. இதை உணர்ந்திருப்பது சாபக்கேடே என்றாலும் சபிக்கப்பட்டிருப்பதும் எலியட்டிற்குக் கடினமாக ஈட்டப்பட்ட ஓர் நற்பண்பே, ஒருவகையான் சுத்திகரிக்கும் நெருப்பாக அவர் அதை வகுத்துக் கொண்டார். பூட்லேரைப் பற்றிய கட்டுரையில் “மீளா நரகத்தை ஒத்த சாபக்கேடுகளுக்கான கொள்திறனே அவரது மகிமை” என்று எலியட் வாதாடினார். இச்சாபக்கேடு மீட்பிற்கான முதல் படியாகவும் இருக்கலாம் என்பது இன்னும் கவிதையில் கண்டடையப்படவில்லை. அதற்கு அவருக்கு இதைக்காட்டிலும், முதிர்ச்சியான நீண்ட கவிதைகளின் பரந்த சிந்தனைக்களம் தேவைப்பட்டது.

ப்ரூஃப்ராக் தொகுப்பை நிறைவு செய்யும் La Figlia che Pinge (அழும் நங்கை) கவிதை ப்ரூஃப்ராக் போன்ற நபர்கள் திக்குமுக்காடும் முட்டுச்சந்துகளிலிருந்து ஒருபடி மேலே செல்கிறது. கவிதைக்கான சரிதை ஆதாரங்களுக்கான விழைவு ஐரோப்பாவிற்கு 1911-இல் எலியட் மேற்கொண்ட பயணத்திற்கு நம்மை இட்டுச் செல்கிறது. அப்பயணத்தில், நண்பர் மிகையார்வத்துடன் பரிந்துரைத்ததால், “La Figlia che Pinge” என்றழைக்கப்பட்ட குறிப்பிட்ட stele எனப்படும் பாளத்தைக் காண்பதற்காக அருங்காட்சியகம் ஒன்றிற்குச் சென்றார்.

முனைப்புடன் தேடிய போதிலும் அவரால் அதைப் பார்க்க முடியவில்லை, கவிதையும் அதை மறைமுகமாகச் சுட்டுகிறது: அதை தொடங்கிவைக்கும் என்னீயட்டின் மேற்கோளில் என்னீயஸ் வீனசிடம் "நங்கையே எப்பெயரில் அறிவேன் உன்னை" என்று கேட்கிறான்.

கவிதையில் மூன்று தனிப்பட்ட சுயங்களை இனம்காண்கிறோம்: பெண், அவளது (நாம் உத்தேசிக்கும்) காதலன், இவ்விரு சுயங்களுடன் அவர்கள் பிரிவதைக் கற்பனை செய்து பார்க்கும் கவிஞரின் சுயம். Dedoublement என்ற லாஃபோர்க்கிய இரட்டித்தல் நாடகத்தில் நாம் இருத்தப்படுகிறோம். கவிஞரே பாத்திரமாகவும் அப்பாத்திரத்தை அவதானிக்கும் விழிப்புணர்வாகவும். சார்பற்ற கவனித்தல் மட்டுமே எழுதப்படாத சட்டம் என்றாலும் முதலிலிருந்தே வழிப்படுத்தும் விருப்புறுதியை நாம் உணர்கிறோம்; மீஸ் ஆன் சென் (mise-en-scene) ஒன்றை இயக்கும் கலைப்பட இயக்குனரை போல் முதலிலிருந்தே அவர் பெண்ணை "இயக்குகிறார்":

Stand on the highest pavement of the stair—
Lean on a garden urn—
Weave, weave the sunlight in your hair—
Clasp your flowers to you with a pained surprise—
Fling them to the ground and turn
With a fugitive resentment in your eyes:
But weave, weave the sunlight in your hair.

படிக்கட்டின் உயர்ந்த தளத்தில் நில்—
தோட்டக் கலசமொன்றின் மீது சாய்ந்தபடி—
பிண்ணு, சூரிய ஒளியைப் பிண்ணு உன் கேசத்தில்—
வலிமிகுந்த ஆச்சரியத்துடன் பூக்களைப் பற்றிக்கொள்—
அவற்றைத் தரையில் கடாசிவிட்டுத் திரும்பு
கண்களில் தலைமறைவானவனின் ஆத்திரத்துடன்:
ஆனால் பிண்ணு, சூரிய ஒளியைப் பிண்ணு உன் கேசத்தில்.

மனக்கசப்பு சுட்டப்பட்டாலும் அற்குப் பின்னாலிருக்கும் வேட்கை மெய்யாக இருப்பதால் *Prufrock, Portrait of a lady* கவிதைகளின் நகைமுரண் பாவ்லாக்கிலிருந்து நாம் முன்னேறி விட்டோம். மனக்கசப்பு மறைவாக இருப்பது ஏனெனில் வரவிருக்கும் பிரிவு கவித்துவ விழிப்புணர்வால் வழிநடத்தப்பட்டு அவர் கற்பனையில் மட்டுமே நிகழ்கிறதென்பதால். அடுத்து வரும் (மூன்று முறை) "*would have*"-கள் இதை ஊர்ஜிதப் படுத்துகின்றன.

So I would have had him leave,
So I would have had her stand and grieve,
So he would have left

எனவே அவனைப் பிரிந்து செல்ல வைத்திருப்பேன்
எனவே அவளைக் கையறுநிலையில் வருந்தச் செய்திருப்பேன்
என்வே அவனும் பிரிந்து சென்றிருப்பான்.

கற்பனைப் பிரிவு அவரது கற்பனையை ஆக்கிரமிக்கிறது. அதன் தாக்கத்தில் அவர்கள் சேர்ந்திருக்கும் சாத்தியத்தைக் கற்பனை செய்து பார்க்கிறார். அதற்கடுத்து வரும் வரிகள் நம்மை அதிர்ச்சியூட்டுகின்றன, காதலின் பேரின்பத்தைவிட பிரிந்து செல்லும் சைகையையும் பாவனையையும் அவர் தேர்வு செய்வதால்.

Her hair over her arms and her arms full of flowers.
And I wonder how they should have been together!
I should have lost a gesture and a pose.

பூக்கள் நிறைந்த அவள் கரங்களில் மீது அவள் கேசம்
அவர்கள் எவ்வாறு சேர்ந்திருக்கக் கூடும் என்பதை நினைத்துப் பார்க்கிறேன்.
ஒரு சைகையையும் ஒரு தோரணையும் நான் இழந்திருப்பேன்.

இலட்சிய உணர்வென்பது நிஜ உலகில் வெறும் கானல் நீராக இருக்கக் கூடும் என்பதால் அது அடைய முடியாதாகவே இருக்கலாம் என்பதை உணர்ந்துகொள்வதே கவிதையின் கரு. ஆனால் அடைய முடியாததாகவே இருப்பினும் அதற்கான விழைவு உண்மையானதாக இருக்கிறது. ஆக, அப்படிப்பட்ட தோர் விழைவை அதன் நிதர்சனம் ஆதர்சம் இரண்டையுமே துறக்காது கவிதையில் எப்படிக் கைப்பற்றுவது என்ற சிக்கலுக்கான தீர்வையே *La Figlia* கண்டறிய முயல்கிறது. சேர்ந்திருந்தால் பிரிதலின் சமிக்ஞையை இழந்திருப்பேன் என்ற உறைந்த ஆதங்கப் படிமத்தில் அவ்விழைவின் தீவிரத்தையும் அதன் அடையமுடியாமையையும் அது ஒருங்கே கைப்பற்றுகிறது.

***

ஹார்வர்ட் அட்வகேட்டில் தோன்றிய ஆரம்பகால கவிதைகளைத் தவிர, இதுவரை நாம் விவாதித்தக் கவிதைகள் அனைத்தும் 1917-இல் வெளிவந்த எலியட்டின் முதல் தொகுப்பான ப்ரூஃப்ராக்கில் பதிப்பிக்கப்பட்டன. அதன் வெளியீட்டிற்குப் பிந்தைய காலகட்டம் எலியட்டுக்கு வாழ்விலும் கவிதையிலும் மிகவும் பாதுகாப்பற்று, மனக்கிலேசம் அளிப்பதாக இருந்தது. அவரது மனைவி விவியன் மிகவுமே உடல்நிலை சரியில்லாமல் இருந்தார்; வேலைப்பளுவும் நிதி நெருக்கடியும் அவரை மேலும் மனச்சோர்வில் ஆழ்த்தின. எழுத்தாளர் முடக்கம் எனும் முட்டுசந்தில் நிரந்திரமாகச் சிக்கித் தவிப்பதை அஞ்சி ப்ரூஃப்ராக்கே தன் இறுதிப் படைப்பாக இருக்கலாமென்று சகோதரர் ஹென்றிக்குக் கடிதமெழுதினார். பவுண்டின் வற்புறுத்தலின் பேரில், புதிய இலக்கிய மாதிரிகளைத் கண்டறியும் நோக்கத்துடன், பிரெஞ்சு மொழியில் கவிதை எழுதத் தொடங்கினார். *Vers libre*-இன் நீர்த்துப் போன எளிமைகள் அளவிற்கு மீறிப் போய்விட்டது என்று நம்பியதால் பவுண்டுடன் சேர்ந்து தியோஃபில் கோடியேயின் (*Theophile Gautier*) குவாட்ரெயின்களை ஆய்வு செய்யத் தொடங்கினார். அந்நீர்த்து போதலுக்கான தீர்வை *Emaux et Camees* கவிதைகளின் சந்தநயத்திலும் ஸ்ட்ரோஃபிக்களின் உருவச் சீர்மையிலும் அவர்கள் தேடினார்கள். “புதைகலத்தின் மீது

பொதிக்கப்பட்டிருக்கும் பதக்கம் அல்லது விரலில் அணியப்பட வேண்டிய முத்திரை" போலிருக்கும் கவிதைகளில் கோடியே "கனமற்ற கருப்பொருட்களை நெருக்கமான வரையறைகளின் எல்லைக்குள்" ஆராய முற்பட்டார். கவிதையின் உருவத் துல்லியமே எலியட்டிற்கு கோடியேயிடமிருந்து முக்கியமானதாக இருந்தது. மேலும் குவாட்ரெயினின் வடிவம் அதன் மீட்டர் ஆகியவற்றின் கட்டுப்பாடு அவரது கற்பனையை விடுவித்து '*Poems 1920*' என்ற தொகுப்பிற்கு வழிவகுத்தது. ஜாய்ஸின் யூலிஸீஸின் முந்தைய வரைவுகளை வாசித்ததும் அவருக்கு முக்கியமானதாக இருந்தது. யூலிஸீஸில் விரவிக்கிடக்கும் மறைகுறித்தலின் (allusion) விரிவான சாத்தியக்கூறுகள் அவருக்கு ஒரு திறப்பை அளித்தன. அச்சாத்தியங்களை (சில சமயங்களில் "திகட்டும் அளவிற்கும்") இக்கவிதைகளில் அவர் பயன்படுத்திக் கொண்டார். மூளையால் எழுதப்பட்டிருப்பது போல் தொனிக்கும் இவற்றைக் கவிதையைக் காட்டிலும் விமர்சனம் என்று வரையறுப்பதே சரி என்று தோன்றுகிறது. இலக்கியப் புதிர்கள், ஆனால் புதிர்களின் இறுதியில் கிடைக்கும் "ஆஹா" புலப்பாடின்றி ஒரு ரெண்டுங்கெட்டான் தன்மையை அவை கொண்டிருக்கின்றன. அனால் அவற்றிற்கே உரிய வகையில் அவை ஜாலியானவையும்கூட. அவற்றின் கூர்மையான புத்திசாலித்தனமிக்க நகைச்சுவை சுவாரஸ்யமானதுதான், மறைகுறிப்புகளின் அடர்ந்த வனத்தில் அதை கண்டெடுக்க முடிகிறவர்களுக்கு!

கவிதையில் மறைமுகச் சுட்டுதலில் ஈடுபடுவதிலிருக்கும் அனுகூலங்கள், அபாயங்களுக்கு *Burbank with a Baedeker: Bleistein with a cigar* கவிதை நல்ல பிரதிநிதி. வெனிசை மிக நேரடியாக அல்லாது ஹென்றி ஜேம்ஸ் *Aspern Papers*-இல் செய்ததைப் போல், சற்று சாய்மானமாகக் கைப்பற்றுவதே பர்பாங்க்கின் நோக்கம் என்று எலியட் ஒரு முறை தெளிவுபடுத்தினார். எபிகிராம் போன்ற நகைச்சுவைமிக்க வரிகளில், நான் முன்பு கூறியது போல், அளவிற்கு மீறி, திகட்டும் அளவிற்கும், இம்மறைமுக சுட்டுதலிற்கான விழைவு எடுத்துச் செல்லப்படுகிறது. கவிதையே கிட்டத்தட்ட ஒரு வெனீஷிய ப்ரிகோலாஜைப் (bricolage) போல் கலையுலக உதிரிக்குறிப்புகளை ஒருங்கிணைக்க முயல்கிறது. கோடியேயின்

Variations on the Carnival of Venice-சிலிருந்து எடுக்கப்பட்டிருக்கும் ஒரு வரியின் திரிபு, மண்டேன்யா ஓவியமொன்றில் இடம்பெறும் சுருளிலிருந்து ஒரு குறிப்பு ("எதுவும் நிலையானதல்ல, இறைமையத் தவிர, மற்றதனைத்துமே வெறும் புகை மட்டுமே"), ஹென்றி ஜேம்ஸின் ஆஸ்பெர்ன் பேப்பர்ஸ்சிலிருந்து ஒரு விவரணை, ஒத்தெல்லோவிலிருந்து வரும் இச்சைமிகு குரங்குகளும் ஆடுகளும், ப்ரௌனிங்கின் *Toccata at Galuppi's*-சிலிருந்து வரும் தலைமுடி வரி, ஜான் மார்ஸ்டனின் முகமூடி நாடகமான *masque* ஒன்றின் வினோதமான மேடை நெறியாள்கைக் குறிப்புகள் இத்யாதி... இச்சுட்டுதல்கள் அனைத்தையும் ஒருங்கிணைத்து ஒருகாலத்தில் இறைமை ஊடுருவியிருந்த, தற்போது சல்லித்தனங்களும் நசிவும் நிரம்பியிருக்கும் வெனிஸைக் கவிதையில் கொண்டுவருவதே கவிதையின் பிரதான நோக்கம்.

இரண்டு ஜேம்சிய கதாபாத்திரங்களின் புனையப்பட்ட சந்திப்பில் கவிதை தொடங்குகிறது. பர்பாங்க் அவனுக்குத் தூண்டில் போடும் இளவரசி வாலூபைன் (ஒத்தொலிக்கும் வல்பைன்/*vulpine* நரித்தனமாக என்று பொருள்படும்) இருவருக்குமிடையே நடக்கவிருக்கும் சந்திப்பு, முதல் கோணல் முற்றிலும் கோணல் என்பது போல் ஷேக்ஸ்பியர் கவிதையான *The Phoenix and Turtle* –இன் "வழக்கற்று போன இசையுடன்" தொடங்குகிறது:

BURBANK crossed a little bridge
Descending at a small hotel;
Princess Volupine arrived,
They were together, and he fell.
Defunctive music under sea

சிறிய பாலமொன்றைக் கடந்து பர்பாங்க்
சிறிய ஹோட்டலொன்றிற்கு இறங்கிச் செல்கிறான்.
இளவரசி வோலுபைன் வருகிறார்
சேர்ந்திருந்தர் இருவரும், அவர் வீழ்ந்தார்.
கடலாழத்திலோ இழவிசை.

விடியலின் தேரையும் இழுத்துச் செல்லும் வெனிஸின் பிரசித்தி பெற்ற செய்ண்ட் மார்க்ஸ் குதிரைகளின் குளம்படிகளும் கவிதையின் அடிகளும், அதே போல் பர்பாங்க்கின் விழ்ச்சியும் வழக்கற்று போய்விட்ட இறந்த இசையும் இவை அனைத்தும் ஒருங்கிணைந்து ஹொரேசின் (*Horace*) நிலையாமை கவிதை வரியையும் (*pale death with equal foot*) மார்வெல்லின் பிரசித்தி பெற்ற '*Time's winged chariot*" வரியையும் நினைவுறுத்துகின்றன. அஸ்தமன சூரியன் க்லியோபாட்ராவின் தகிக்கும் பரிசலையும் வாலூபைனுடனான பர்பாங்க்கின் "படலிடப்பட்ட வீழ்ச்சியையும்" பிணைக்கிறது:

The horses, under the axletree
Beat up the dawn from Istria
With even feet. Her shuttered barge
Burned on the water all the day.

அச்சுமரத்தின் கீழ், குதிரைகள்
இஸ்ட்ரியாவிலிருந்து புலரியை இழுத்து வருகின்றன
சமக் காலடியிட்டு. அவளது படலிட்ட பரிசல்
நீரில் தகிக்கிறது நாள் முழுதும்.

அடுத்த இரண்டு சரணங்கள் எலியட்டின் யூத-வெறுப்பை முன்னுக்குக் கொண்டு வருகின்றன. அவற்றில் தொயந்து மடியும் முழங்கால்கள் முழங்கைகளுடன், காணலெட்டோவின் தொலைநோக்குக் காட்சியொன்றை ஆதிக் குழைகளியில் நெளியும் ஓரணுவுயிரியின் வெறிப்புடன் பார்வையிடும் ப்லெய்ஸ்டீன் அறிமுகப்படுத்தப்படுகிறான். "*On the Rialto once*" நமக்கு மெர்ச்சண்ட் ஆஃப் வெனிசின் ஷைலாக்கை நினைவுறுத்தி இந்த யூத-வெறுப்பைக் கொதிநிலைக்கு இட்டுச் செல்கிறது. வெனிஸின் அஸ்திவாரங்களை அரித்தொழிப்பதாக யூதர்களையும் எலிகளையும் அடையாளப்படுத்தும் எலியட்டின் மிக நீசமான அம்சங்கள் நமக்கிங்கே காணக் கிடைக்கின்றன.

The smoky candle end of time
Declines. On the Rialto once.
The rats are underneath the piles.
The jew is underneath the lot.
Money in furs.

காலத்தின் புகையும் மெழுகுவர்த்தி முனை
வீழ்கிறது. ரியால்ட்டோவில் ஒருமுறை.
மரத்தூண்களுக்கு அடியே எலிகள்.
அனைத்திற்கும் அடியே யூதன்.
உரோமங்களில் பணம்.

கடைசி இரண்டு ஸ்டான்சாக்கள் ப்லெய்ஸ்டீனின் ஆங்கிலப்படுத்தபட்ட வடிவமான சர் ஃபெர்டினாண்ட் க்ளைன் இளவரசி வொலூபைன் (நோயால் நசிந்திருக்கும் கைளை நீட்டியபடி) அளிக்கும் "சலுகைகளை" அனுபவிப்பதையும் பர்பாங்க் காலத்தின் சிதிலங்களைத் தியானிப்பதையும் விவரிக்கின்றன.

கவிதை பவுண்ட் எழுதியது போலிருக்கிறது, ஆனால் இருபது வயதில் படித்த போது சுவாரசியமாக இருந்தது. இப்போது, அனுபவித்த உணர்வின் உயிர்ப்பில்லாத வறண்ட மூளை வித்தை போல் இருக்கிறது. உயர்ந்த இலக்கியத்திலிருந்து வரும் சுட்டுதல்களுக்கும் வாழ்வின் கீழ்மைகளுக்கும் கசண்டிற்கும் விரையும் கவிதையின் பேசுபொருளிற்கும் இடையே இருக்கும் இடைவெளியைக் கவிதை பயன்படுத்திக் கொள்கிறது.

விரசமான அதன் தலைப்பின் இருபொருட் தன்மையுடன் தொடங்கும் *Sweeney Erect* கவிதையும் இம்மாதிரியான உத்திக்கு நல்ல ஆதாரம். அதன் மேற்கோள் Beaumont and Fletcher நாடகமான *The Maid's Tragedy*-இலிருந்து எடுக்கப்பட்டிருக்கிறது. அதில் காதலனால் துறக்கப்பட்ட அஸ்பேஷியா தன் நிலைமையை நொந்தபடி அதைப் பணிப்பெண்கள் ஓவியத்திரையில் கதையாக வனைவதை

அரியாட்னியின் கதையுடன் ஒப்புமை செய்கிறாள். கவிதையின் ஆரம்ப வரிகளில், வேலைக்காரிகளிடம் தன்னை அரியாட்னியின் முன்மாதிரியாகப் பயன்படுத்துமாறு அறிவுறுத்துகிறாள். மூன்றாவது குவாட்ரெய்னில் நம் நாய்கன் ஸ்வீனி, ஒரு ஹோமர் பாத்திரத்தைப் போல், ஒரு பாலிஃபீமஸ்சைப் போல் (Polyphemus) படுக்கையிலிருந்து எழுகிறான்:

Morning stirs the feet and hands
(Nausicaa and Polypheme),
Gesture of orang-outang
Rises from the sheets in steam.

பாதங்களையும் கைகளையும் உயிர்ப்பிக்கிறது காலை.
[நாசிகா மற்றும் பாலிஃபீம்],
ஒரேன்குடாங் குரங்கின் சமிக்ஞை
நீராவிப் படலங்களிலிருந்து எழுகிறது.

வேடிக்கை என்னவென்றால் ஒடிசியஸ்சும் ஒருமுறை அவர் கொன்ற ஒற்றைக் கண்ணன் பாலிஃபீமஸின் அகோரத்துடன் புதர்களிலிருந்து ஒருமுறை எழுந்து கடலருகே விளையாடிக் கொண்டிருக்கும் இளநங்கை நவுசிகியாவை அச்சுறுத்துகிறார். ஸ்வீனியும் படுக்கையிலிருந்து எழுந்து, அவனுக்குப் பிடித்தமான காலைச் சடங்கில் ஈடுபட்டபடியே, வலிப்பு நோயாளியான நவுசிக்கியாவிற்கு முன், சர்வாங்க சவரம் செய்யத் தொடங்குகிறான். இம்மயிர் மழித்தல், அது ஏதோ துன்பியல் துயரத்தின் பகடி போல், அவளுக்கு வலிப்பை வரவழைக்க, கவிதையும் அதைக் களிப்புடன் விவரிக்கிறது. ஒராங்-உடாங் குரங்கின் மயிரடர்த்தியை மட்டும் சுட்டாது, எட்கர் ஆலன் போவின் The Murders in the Rue Morgue கதையின் நகைக்கும் குரங்கை நினைவுறுத்தி, அவ்விடத்தின் மர்மங்கள் நிரம்பிய கலீஜான சூழலையும் நிறுவுகிறது:

The sickle motion from the thighs
Jackknifes upward at the knees
Then straightens out from heel to hip

Pushing the framework of the bed
And clawing at the pillow slip.

தொடைகளிலிருந்து அரிவாள் அசைவு
மடக்குக்கத்தியைப் போல் முட்டிகளிலிருந்து மேலெழும்பி
குதிகாலிலிருந்து இடுப்பிற்குச் செல்கையில் நிமிர்ந்து
படுக்கையின் சட்டகங்களைத் தள்ளி
தலையணை உரையில் நகம் பாய்ச்சுகிறது.

அவள் வலிப்பைக் கண்டும் காணாதது போல் ஸ்வீனி அலட்சியமாக மயிர் மழிப்பது கவிஞரிடமிருந்து ஒரு நகைச்சுவையான விமர்சனத்தை வரவழைக்கிறது:

(The lengthened shadow of a man
Is history, said Emerson
Who had not seen the silhouette
Of Sweeney straddled in the sun)

மனிதனின் நீட்டிக்கப்பட்ட நிழலே
வரலாறு என்கிறார் எமெர்சன்
சூரிய ஒளி சூழ கால்களை அகலமாக விரித்து நிற்கும்
ஸ்வீனியை அவர் பார்த்ததில்லை போலும்.

டோரிஸ் குளியலறையிலிருந்து துண்டை உடுத்தியபடி முகர் உப்பு திரவியமான சால் வாலடைலையும் (sal volatile) ஒரு கிளாஸ் பிராண்டியையும் எடுத்து வருகையில் எம்மாதிரியான விடுதியை மிஸ்சஸ் டர்னர் நடத்துகிறார் என்பதை நாம் சந்தேகிக்கிறோம். கவிதையின் நகைச்சுவையும் அதை நாம் சரியாகவே ஊகிப்போம் என்பதை எதிர்பார்க்கிறது:

Observing that hysteria
Might easily be misunderstood;
Mrs. Turner intimates
It does the house no sort of good.

அவ்வெறியை அவதானித்திருப்பது
எளிதில் தவறாகப் புரிந்துகொள்ளப்படலாம்.
மிஸ்சஸ் டர்ணர் பூடகமாகச் சொல்கிறார்
இவையெல்லாம் அவ்வில்லத்திற்கு நன்மை பயக்காதென.

1920-க்குப் பின் வந்த கவிதைகள் பலதும் முடிவற்ற இருப்பின் சபிக்கப்பட்ட சலிப்பை அருமையான பகடியைக் கொண்டு இரக்கமின்றி வெளிப்படுத்துகின்றன. எலியட்டின் பெருமைக்குரிய நிறுவனமான தேவாலயம்கூட விட்டு வைக்கப்படவில்லை. *Hippopotamus* கவிதையில் உண்மையான தேவாலயம் "சதுப்பின் பழைய புகைமூட்டம் சூழ/ கீழே" இருக்க, நீர்யானையோ ஈரமான சவானாவிலிருந்து, தேவதைகளின் கூட்டிசையால் வரவேற்கப்பட்டு, சொர்க்கத்திற்கு உயர்ந்து, ஆட்டுக்குட்டியின் இரத்தத்தால் சுத்தமாகக் கழுவப்படுகிறது. *Mr. Eliot's Sunday Morning Service* கவிதையில் "பிராயச்சித்தக் காசை" (*piaculative pence*) "மதக் கம்பளிப் புழுக்கள்" பற்றியிருக்க நீர்யானையின் மனிதவுருவான ஸ்வீனியோ குளித்தொட்டியின் "ஞானஸ்நான நீரில்" ஒரு காலிலிருந்து மற்றொன்றிற்கு மாறியபடி குளிநீரைக் கலக்கிக் கொண்டிருக்கிறேன். முந்தைய ஸ்வீனி கவிதையைக் காட்டிலும் கனமானதாகக் கட்டமைக்கப்பட்டிருக்கும் *Sweeney among the Nightingales* கவிதையில் அவனுக்கு மேலும் அப்பட்டமான விலங்கடையாளங்கள் அளிக்கப்படுகின்றன- வரிக்குதிரை, புள்ளிகள் அடரும் ஓட்டகச்சிவிங்கி இத்யாதி... எலியட் ஒருமுறை விவரித்தது போல் துர்நிமித்தச் சூழலை நிறுவி, வன்மமும் மூர்க்கமும் மறுபடி மறுபடி மீள்நிகழ்வதைச் சுட்டிக்காட்டுவதே கவிதையின் குறிக்கோள். தலைப்பின் நைட்டிங்கேல்ஸ் பல சுட்டுதல்களின் வழியே செவ்வியல் க்ரேக்கத்திற்கு அழைத்து செல்கிறது, ஃபிலியாமீலியின் (*Philomela*) தொன்மத்திற்கும், ஏட்ரியஸ் இல்லத்தின் மீது கவியப்போகும் சாபக்கேடைக் குறித்த் கஸாண்டிராவின் முன்னறிவிப்பிற்கும், ஆகாமெம்னானின் சாவிற்கும், கைப்பிடிக்க விழைபவர்கள் இடையே பெனலபி கணவனுக்கு உண்மையாக இருந்ததற்கும் நம்மை இட்டுச் செல்கிறது.

க்ளைடெம்னெஸ்ட்ராவால் அச்சுறுத்தப்படும் அகமெம்னானுக்கு இணையாக ஸ்வீனி மதுக்கடையில் இரண்டு பெண்களின் (நைடிங்கேல்ஸ் என்பது விலைமாதர்களைச் சுட்டும் ஓர் கொச்சை வழக்கு) வன்முறை அச்சுறுத்தலுக்கு உள்ளாகிறான். மறைசுட்டுதல்கள் ஒன்றையொன்று மீள்சுட்டுதல் செய்து கொள்கின்றன: க்ளைடெம்னெஸ்ட்ரா ஆகமெம்னானைக் குளி தொட்டியில் குத்திக் கொல்வதில் தொடங்கி 1918-இல் ஸ்வீனி குளி தொட்டியில் தன் காலைச் சுத்தம் செய்யும் சடங்குகளில் ஈடுபட்டிருப்பது வரை இப்பிரதிபலிப்புகள் நீள்கின்றன.

The nightingales are singing near
The Convent of the Sacred Heart,
And sang within the bloody wood
When Agamemnon cried aloud
And let their liquid siftings fall
To stain the stiff dishonoured shroud.

சேக்ரட் ஹார்ட் கன்னிமாடத்திற்கு அருகே
இராப்பாடி பறவைகள் பாடுகின்றன,
அகமெம்ணன் உறத்து கத்தியபோதும்
அவை பாடின குருதியோடிய காட்டில்.
அவற்றின் திரவ வெளிப்பாடுகள் வீழ்ந்தன
விறைத்த அவமதிக்கப்பட்ட காப்புறையைக் கறைப்படுத்தியடி

ஆனால், 1920 கவிதைகளின் உச்சம் என்றால் அது *Gerontion* தான். *Vers libre*-விற்கு அதன் இடத்தையும் வரம்பையும் உணர்த்துவதற்காகவே எழுதப்பட்ட தொகுப்பில் அது மட்டுமே *Vers libre*- வில் துருத்திக் கொண்டிருக்கிறது. *The Waste Land* கவிதையின் டைரீசியஸ் பாத்திரத்திற்கும் ப்ருஃப்ராக்கிற்கும் இடைப்பட்ட ஒரு பாத்திரமாக அவர் தோன்றுகிறார். கெரோண்டியன் பற்றிப் பேசுவதற்கு முன், கவிதைக் கலை பற்றிய எலியட்டின் விமர்சனக் கண்ணோட்டங்களைச் சற்றுச் சுருக்கமாகப் பேசி விடுவோம், ஏனெனில் இக்காலகட்டத்தில் குறிப்பிடத்தக்க வகையில் அவர் இவற்றை முன்னெடுத்துச்

சென்றார் என்பதால். தன் தலைமுறையை தன் எலும்புகளில் உணர்ந்தபடிதான் ப்ரூஃப்ராக்கை எழுதியதாகவும் 1920 கவிதைகளில் கடந்த காலத்தின் அன்றைய நிகழையும் அதன் இன்றைய நிகழையும் ஒருங்கே கைப்பற்ற முயன்றதாகவும் எலியட் ஒருமுறை குறிப்பிட்டார். இக்கருத்தைத்தான் 1919-இல் வெளிவந்த அவரது பிரசித்தி பெற்ற Tradition and the Individual Talent கட்டுரையில் அவர் முன்வைத்தார். அக்கட்டுரையில் வரலாற்றுணர்வும் ஆளுமைச் சார்பின்மையும் (historic sense and impersonality) எந்தத் தீவிரக் கவிஞனுக்குமே இருக்க வேண்டிய அத்தியாவசியப் பண்புகள் என்று வாதாடினார். கட்டுரையின் சாரத்தை இந்த ஒற்றை வரி நமக்குச் சுருக்கியளிக்கிறது: "வரலாற்றுணர்வு என்பது கடந்த காலத்தின் கடந்த தன்மையை மட்டுமல்ல, அதன் இருப்பை நிகழில் உணர்வதையும் உள்ளடக்கியது; அவ்வுணர்வு சொந்தத் தலைமுறையை ஒருவர் எலும்புகளில் உணர்ந்தபடி எழுதக் கட்டாயப்படுத்துவது மட்டுமல்லாது, ஹோமரிலிருந்து தொடங்கும் ஐரோப்பிய இலக்கிய முழுமையையும் அதனுள் தன் நாட்டின் ஒட்டுமொத்த இலக்கியமும் இரண்டையுமே உடன்நிகழும் இருப்புகளாக ஓர் ஒருங்கிணைந்த ஒழுங்கை உருவாக்குவதை நிகழில் உணரக் கட்டாயப்படுத்துகிறது." ப்ரூஃப்ராக்கின் கடந்த காலக் குறிப்புகளில், பிரசங்கி, ஹேம்லெட், லாசரஸ், ஜான் த பாப்டிஸ்ட் போன்றவர்கள் கடந்த காலத்தை ஆய்வு செய்வதற்காக அல்லாது நிகழை ஆராயவே கவிதையில் கொண்டு வரப்பட்டுள்ளனர். அவை ஒன்றுடன் ஒன்று இயல்பாகவே ஒருங்கிணைவதில்லை, கவிதையின் புத்திசாலித்தனமான நகைச்சுவையே அவற்றை பிணைத்து வைத்திருக்கிறது. அதாவது, அவை ப்ரூஃப்ராக்குடன் ஒருங்கிணைந்து உடன்நிகழும் ஓர் ஒழுங்காக நம்மால் உணரப்படவில்லை. Poems 1920-யின் நகைச்சுவை, வரலாற்றுணர்வை இதைகாட்டிலும் சற்று ஆழமாக வெளிப்படுத்துகிறது. அதில் சேக்ரட் ஹார்ட் கன்னிமாடத்து நைட்டிங்கேல்ஸ், இடிபஸ்சின் காட்டு நைட்டிங்கேல்ஸ்சுடனும், ஃபிலோமிலா மற்றும் கசாண்டிராவுடனும் கூட்டிசைக்கின்றன, மேலும் 1918-இல் போரிலிருந்து திரும்பிவரும் சிப்பாய் பண்டைய போர்களிலிருந்து அகாமெம்னானாகவும் ஒடிசியஸ்சாகவும் திரும்பி வருகிறான்.

அக்கட்டுரையில் எலியட் வலியுறுத்திய இரண்டாவது கருத்து ஆளுமைத்துறப்பு (depersonalization). அதாவது "நிரந்திர சுயத்-தியாகத்தாலும் ஆளுமையின் தொடர்ந்தழிப்பாலும் மட்டுமே கலைஞனின் முன்னேற்றம் சாத்தியப்படுகிறது" என்ற அர்த்தத்தில். எலியட்டைப் பொறுத்தவரையில் உணர்ச்சிகளைக் கட்டவிழ்ப்பதல்ல, அதிலிருந்து தப்பிப்பதே கவிதையின் செயற்பாடு. ஆளுமையை வெளிப்படுத்துவதல்ல அதன் தளைகளைக் களைவதே அதன் நோக்கம். ஆனால், இந்த முக்கியமான டிஸ்கியையும் அவர் சேர்த்துக் கொண்டார்: "ஆளுமையும் உணர்ச்சிகளும் உள்ளவர்களுக்கு மட்டுமே இவ்விஷயங்களிலிருந்து தப்பிக்க விரும்புவது என்னவென்று தெரியும்". அக்கட்டுரையில் இயல்பாகவே ஒரு முரண்பாடிருந்தது. தன் மனதைக் காட்டிலும் முக்கியமான "ஐரோப்பாவின் மனதிற்கு" அடிபணிய வேண்டிய கவிஞன் அதே சமயத்தில் தான் அடிபணியும் அம்மனதையும் விமர்சித்தாக வேண்டும், ஏனெனில் நிகழ்காலத்திற்கும் கடந்த காலத்திற்கும் உள்ள வித்தியாசம் என்பது கடந்தகாலத்தைக் குறித்த, கடந்தகாலத்தின் தெரிநிலை வெளிப்படுத்த முடியாததை, அதைக் குறித்த நிகழ்காலத் தெரிநிலையால் விரிவாகவும் ஆழமாகவும் வெளிக்கொணர முடியும் என்பதால். மெய்மை என்பது எலியட்டிற்கு உடனடித்தன்மையும் ஒழுங்கமைக்கப்பட்ட முழுமையுமே. இதைத் தான் கவிதை செய்துகாட்ட வேண்டும், அனுபவத்தை ஒழுங்கமைத்து, அறிவாக உருமாற்றி அதை கவிதையில் உடனடித்தன்மையுடன் அளிக்க வேண்டும்.

Tradition கட்டுரை மூன்றாவதாக, காலமற்றதையும், வரலாற்றுணர்வையும் இணைத்துப் பேசுகிறது. வரலாற்று உணர்வென்பது காலத்திற்குட்பட்டவற்றைப் பற்றியது என்றாலும் அது காலமற்றதைப் பற்றியதும் கூட, அவை இரண்டையும் பிணைக்கும் ஓர் உணர்வு; அதாவது காலமற்றதைக் காலத்தில் பொருத்திப் பார்ப்பதாலேயே எழுத்தாளன் "பாரம்பரியமானவனாகிறான்" என்று எலியட் வாதாடினார். இதுவே காலப்பெருக்கில் தன் இடமென்ன என்பதையும் தனது சமகாலத்தனத்தையும் அவனைக் கூர்மையாக உணரச் செய்கிறது. அப்படியெனில் வரலாற்றுணர்வென்பது வரலாற்றிற்கு அப்பாற்பட்ட விசயங்களையும் உள்ளடக்கியது. ஐரோப்பாவின்

ஒட்டுமொத்த பாரம்பரியத்தையும் ஆளுமைத்துறப்பையும் கைப்பற்றுவதற்கு மெத்தப் படித்து நுண்மையான விமர்சன அறிவைப் பெற்றிருந்தாலே போதுமானதாக இருக்கலாம். ஆனால், காலத்திற்கு உட்படாததைக் கண்டறிவதற்குக் கூடுதலாக ஒரு பிரத்யேகப் பண்பொன்று தேவைப்படுகிறது. "சமயம் சார்ந்த புரிந்துணர்வு" என்று எலியட் இப்பண்பை அடையாளப்படுத்தினார். வேறுவிதத்தில் சொல்வதானால், வரலாற்றுணர்வென்பது வரலாற்றிற்கு அப்பாற்பட்ட ஓர் இலக்கைச் சென்றடைவதற்கான் வழி மட்டுமே. மேலும் கடந்தகாலத்தைக் நன்கறிந்து அதை நிகழில் உயர்ப்பிப்பதென்பது கடந்தகாலத் தவறுகளைத் தவிர்ப்பதற்கான வழியும்கூட. சமயம் சார்ந்த இப்புரிந்துணர்விற்கும் மீபொருட்தன்மையின் சாயல் இருந்தாலும் எலியட்டின் கோட்பாட்டில் அது ஒருபோதும் கடப்புத்தன்மையைப் பெறுவதில்லை, எப்போதுமே புலனுணர்வில் அது வேரூன்றி இருக்கிறது. மெடஃபிசிகல் கவிஞர்களிடம் இதைத்தான் அவர் அதிகமாக மெச்சினார்; சிந்தனை என்பது கவிஞர் டானிற்கு (Donne) உணர்திறனை உருமாற்றும் ஓர் அனுபவம் என்று கூறுகிற போது இதைத்தான் அவர் வலியுறுத்துகிறார். *Whispers of immortality* என்ற மற்றொரு 1920 கவிதை இக்கருத்தையே மொழிகிறது:

Donne, I suppose, was such another
Who found no substitute for sense,
To seize and clutch and penetrate;

பறிமுதல் செய்து, கைப்பற்றி, ஊடுறுவும்
புலனுணர்விற்கு மாற்றாக எதையுமே ஏற்றுக்கொள்ள முடியாதவர்கள்,
டண்ணும் அத்தகையவரென நினைக்கிறேன்.

கெரோண்டியன் (*Gerontion*, கிரேக்க *Geron* என்ற சொல்லின் இழிவடிவம், சிறு கிழவன் என்று பொருட்படுவது) இலக்கிய வரலாற்றின் கனத்துடன் தொடங்குகிறது. கவிதையைத் தொடங்கிவைக்கும் மேற்கோள், மரணதண்டனை விதிக்கப்பட்ட

கிளாடியோவிடம் துறவி போல் மாறுவேடமிட்டு டியூக் பேசுவது, ஷேக்ஸ்பியரின் Measure for Measure நாடகத்திலிருந்து எடுக்கப்பட்டது. ஆனால், அந்த நாடகத்தில் அடுத்து வரும் வரிகளே நம் குட்டிக் கிழவனுக்கு பொருத்தமாக இருக்கும் என்று படுகிறது:

and when thou art old and rich,
Thou hast neither heat, affection, limb, nor beauty,
To make thy riches pleasant. What's yet in this
That bears the name of life?

வயதாகி பணக்காரனாக இருக்கையில்
உன்னிடம் வெப்பமோ, பாசமோ, அங்கமோ, அழகோ இல்லை
உன் செல்வங்களை இன்பயமமாக்க. உயிரின் பெயரைக்
கொண்டிருக்கும் ஏதாவது ஒன்றாவது இருக்கிறதா இதில் இன்னமும்?

1919-இல் எலியட் ஜாகோபிய நாடகத்தைப் பற்றி விரிவுரை ஆற்றினார். அவ்வகை நாடகத்தின் பேச்சு மொழியில்தான் கெரோண்டியன் நம்மிடம் பேசத் தொடங்குகிறது. டியூக்கைப் போல் கவிதை நாயகரும் பாசாங்கு செய்கிறார். கய்யாமின் ருபாயட்டை அபாரமாக மொழிபெயர்த்த எட்வர்ட் ஃபிட்ஸ்ஜெரால்ட் பற்றி ஏ.சி.பென்சன் ஒருமுறை கூறியதைப் பயன்படுத்தியபடி ஒரு விவரணையை நமக்களிக்கிறார்: "sitting in a dry month / old and blind/ being read to by a country boy / longing for rain"... அதன் பின், அவற்றில் பங்கேற்காததாலேயே அவற்றுக்காக வருந்தும் நபர்களுக்கே உரிய துக்கத்துடன் (மீண்டும் மீண்டும் ஒலிக்கும் அந்த nor இன் வழியே) வீரபராக்கிரமங்கள் நிரம்பிய போர்களை மீட்டெடுக்கிறார். Thermopylae இங்கு நேர்மறை மொழிபெயர்ப்பில் hot gates என்று உருமாறுகிறது; உவர்சேற்று நிலம் பவுண்டின் பிரசித்தி பெற்ற Sigismondo Malatesta குறித்த கவிதையை நினைவுறுத்துகிறது (walk eye-deep in hell).

Here I am, an old man in a dry month,
Being read to by a boy, waiting for rain.
I was neither at the hot gates
Nor fought in the warm rain
Nor knee deep in the salt marsh, heaving a cutlass,
Bitten by flies, fought.

இதோ நான், வறண்ட மாதத்தில் முதிர்ந்த மனிதன்
சிறுவன் வாசித்துகாட்ட, மழையை எதிர்பார்த்தபடி.
சுடும் வாயில்களில் நான் இருந்ததில்லை
இளஞ்சூட்டு மழையில் போராடியதும் இல்லை.
கனுக்கால் புதையும் உவர்சதுப்பில், ஈக்கள் மொய்த்திருக்க
வளைந்த குறுவாளை வீசி போரிட்டதுமில்லை.

ஐரோப்பாவின் சிதைவிற்கான உருவகமாக அவரது வீட்டின் சிதைவு நமக்கு அளிக்கப்படுகிறது. ஆனால் இங்கேயும் பர்பாங்க் கவிதையைப் போல் எலியட்டின் யூத-வெறுப்பு பொங்கியெழுவதைக் கண்டு நாம் முகம் சுளிக்கிறோம். ஒரு காலத்தில் எகிப்தை விட்டு வெளியேறிய மக்கள் இப்போது 1914 அகதிகளாக உருவெடுத்துள்ளனர், மேலும் சாஸ்வதத்திற்கும் ஜெருசலெம் அவர்களுக்கானது என்று உறுதியளிக்கப்பட்ட மக்கள் இப்போது பெல்ஜியம், ஆண்ட்வெர்ப் மற்றும் லண்டனின் தற்காலிக, நிதி மையங்களைக் கட்டுப்படுத்து கின்றனர். "Rocks, moss, stonecrop, iron, merds" என்ற வரி சுருக்கமாகச்சிதைவின்களத்தை நமக்குக்காட்சிப்படுத்துவதோடு மட்டுமல்லாது பிற்காலக் கவிதையான Four Quartets-இல் வரும் பிரசித்தி பெற்ற fur and feces, dung and death வரிகளை முன்னறிவிக்கின்றன. நீடிக்கும் கலந்தகாலத்திற்கும் கெரோண்டியனின் இல்லத்தைப் போல் சீரழிந்து கொண்டிருக்கும் நிகழிற்கும் இடையே உழலும் விழிப்புணர்வே Gerontion என்று நாம் அர்த்தப்படுத்திக் கொள்ளலாம். ஆனால் நீடிக்கும் இக்கடந்த காலம் படைப்பூக்கமிக்க நிகழாக பரிணாம வளர்ச்சியுறாது தனது எலும்புக்கூடுகளை செத்துப் பிறக்கும் ஓர் எதிர்காலத்திற்கு இழுத்துச் செலவதில் மட்டுமே தன்னை ஈடுபடுத்திக் கொள்கிறது.

கெரோண்டியானில் சீரழியும் நிகழ், கடந்தகாலத்தின் பொற்காலத்துடன் ஒப்பீடு செய்யபபடவில்லை. மாறாக உயிரற்ற கடந்தகாலத்தை நிகழில் சுவீகரிக்கும் ஊர்பேர் தெரியாதவர்களுக்கு (Silvero, Hakagawa, Madame Tornquist போன்றோர்) எதிராக இருளாலான பொதியாடையில் இருத்தப்படும் கிருஸ்து எனும் மீட்பரின் பிறப்பு முன்வைக்கப்படுகிறது. (Word within a word, unable to speak a word.) உதவி மற்றும் சகாயத்திற்கான காலம் என்று பொருட்படும் Juvescence என்ற சொல் அதைக்காட்டிலும் பழக்கப்பட்ட சொல்லான இளமை மீட்புறும் காலம் என்று பொருட்படும் Juvenescence என்ற சொல்லிற்குள் பொதிந்திருப்பது Word within a word என்ற சொல்லாடலை வலுவூட்டி மேலும் பல சுட்டுதல்களை வழங்குகிறது. ஆனால் கிருஸ்துவின் இளமை உதவியையும் மீட்பையும் கொண்டுவந்தால் அதற்கான எதிர்வினையோ: எப்போதுமே கேடுகெட்ட மே மாதத்தில் பூக்களுடன் திரும்பிவரும் ஜூடாஸ் மரமும் அது அறிவிக்கும் மறுப்பும், சிலுவையில் அறைதலும் - ஒரு விதமான அன்பிலா உயிர்ப்பித்தலாக இதை எடுத்துக் கொள்ளலாம். "வெற்று ஓடங்களின் வளி நெசவுகளுக்குப்" பின், வரலாற்றைக் குறித்த அவதானிப்பொன்றில், காற்றடிக்கும் குன்றடிவாரத்தில் காற்றோட்டமான வீட்டில் வசிக்கும் கிழவனாகத் தன்னையே நாடகப்படுத்திக் கொண்டு வரலாற்றுக் கேணியில் பிரதிபலிக்கும் உருவம் தன்னுடையதே என்று கெரோண்டியன் நம்முடைய அனுதாபத்தைப் பெற முயல்கிறார். குறிப்பிட்ட உடனடித் தன்மையுடன் இதுவரையில் அளிக்கப்பட்டவை வறண்ட கருத்தாக்கமாக உருமாறுகின்றன:

History has many cunning passages, contrived corridors
And issues, deceives with whispering ambitions,
Guides us by vanities

வரலாற்றிற்கோ எத்தனையோ கள்ள வழிகள், சூட்சும இடைவழிகள்
பிரச்சனைகள். இலட்சியங்களைக் குசுகுசுத்துப்
பகட்டுகளால் வழிநடத்தி நம்மை ஏமாற்றுமது.

அல்லது

Gives too late
What's not believed in, or is still believed,
In memory only, reconsidered passion. Gives too soon
Into weak hands, what's thought can be dispensed with
Till the refusal propagates a fear.

காலம் கடந்தே தருகிறது அது
நம்பப்படாததை, அல்லது நினைவில் மட்டுமே
இன்னமும் நம்பப்படுவதை, மறுபரிசீலிக்கப்பட்ட உணர்வெழுச்சியை.
எளிதில் துறக்கக்கூடியதை மிக விரைவாகவே ஒப்படைக்கிறது
திடமற்ற கைகளில், மறுப்பு அச்சத்தைப் பரப்பும் வரை

அல்லது

Unnatural vices
Are fathered by our heroism. Virtues
Are forced upon us by our impudent crimes.

இயற்கைக்குப் புறம்பான தீயொழுக்கங்கள்
நம் வீரம் ஈன்றவை. செருக்கான குற்றங்கள்
நம்மீது சுமத்தியவையே நம் நல்லொழுக்கங்கள்.

கெரோண்டியன் உலகைப் பாழ்நிலமாக பொதுமைப் படுத்துகிறது. அப்பாழ்நிலத்தில் தற்பெருமை, பேராசை போன்ற வீணடிக்கும் சாத்தன்களால் உந்தப்பட்டு வரலாற்றின் தாழ்வாரங்களில் உருண்டு செல்லும் நாம், நன்மை தீமையைப் பகுத்தாய்ந்து தேர்வு செய்யத் தேவையான அறவுணர்வின்றி எதேச்சையாக தேர்வு செய்யக் காட்டாயப்படுத்தப் படுகிறோம். ஆனால் "சீற்றம் சூல்கொண்டிருக்கும் மரத்தில்" இருந்து கண்ணீரை உலுக்க முயலும் கெரோண்டியன் தனது வறண்ட தலைவிதிக்கானதனிப்பட்டசாபக்கேட்டையோபொறுப்பையோ

ஏற்கத் துணியாமல் மனிதகுலத்தின் ஒட்டுமொத்த குற்றவுணர்வெனும் பொதுப்படுத்தலுக்குப் பின்னால் ஒளிந்து கொள்ள முயல்கிறார்.

I that was near your heart was removed therefrom
To lose beauty in terror, terror in inquisition.
I have lost my passion: why should I need to keep it
Since what is kept must be adulterated?
I have lost my sight, smell, hearing, taste and touch:
How should I use it for your closer contact?

உன் நெஞ்சருகே இருந்த நான் அதிலிருந்து விலக்கப்பட்டேன்
அழகை பேரச்சத்திலும், பேரச்சத்தை விசாரணையிலும் இழக்க.
எழுச்சியை இழந்துவிட்டேன், எதற்காக அதை நான் தக்கவைத்துக் கொள்ள
வேண்டும்
தக்கவைத்துக் கொள்பவை கலப்படமுற்றே தீரவேண்டுமென்றால்?
பார்வையை இழந்துவிட்டேன், மோப்பம், செவிப்பு, சுவை, ஸ்பரிஸத்தையும்:
அவற்றை நான் எப்படிப் பயன்படுத்த வேண்டும் உன்னிடம் இன்னமும்
நெருக்கமாவதற்கு?

வரலாற்றின் குழப்பத்தையும் அதன் பயனின்மையையும் நமக்குக் காட்டிவிட்டு தனது வறண்ட கூட்டிற்குள் மீண்டும் புகலிடம் தேடுவதைத் தவிர அவருக்கு செய்வதற் கொன்றுமில்லை. வேட்கை, நம்பிக்கை ஆகிய சாத்தியங்களில் ஏதேனும் ஒன்றில் தார்மீக உணர்வைப் பயன்படுத்துவதே தனது இரட்சிப்பிற்கான ஒரே வழி என்பதை நன்கறிந்திருந்தும், இரண்டையுமே அவர் துறக்கிறார். எனவேதான் விதிவிட்ட வழியை (driven by the Trades/ to a sleepy corner) ஏற்கும் கிழவர் என்று கவிதையை நிறைவு செய்யும் அந்த பரிதாபத்துக்குரிய முடிவு. வறண்ட மாதத்தில் நம்மைக் கவிதையின் ஆரம்பத்தில் சந்தித்த கிழவர் அதன் முடிவில் வறண்ட மூளையில் வறண்ட காலத்துச் சிந்தனைகளுடன் நம்மிடமிருந்து விடைபெறுகிறார். அவரும் எலியட்டின் கல்லறை வாசகம் கூறியது போல் "தொடங்கிய இடத்திலேயே

முடிகிறார்'', திருகுச்சுழற்சியில் தொடங்கிய இடத்திற்கு மேலான உயரத்தில் அல்ல, தொடங்கிய அதே புள்ளியில் முன்னேற்றத்தைத் தவிர்த்தபடி. ஆனாலும்கூட, கவிதை என்றளவில் கெரோண்டியன் தனி மனித மற்றும் கூட்டு நாகரீக வறட்சியைக் குறித்த காத்திரமான தியானமாக மிளிர்கிறது. வரலாற்றுக் கண்ணோட்டங்களைத் தொலைநோக்கி அவற்றைத் தனிமனித நனவின் நாடகமாக்கி அதைக்குறித்த உள்ளார்ந்த விமர்சனத்தையும் அதில் பொதித்து வைப்பதாலேயே அது இருத்தப்பட்டிருக்கும் தொகுப்பைக் காட்டிலும் சிறந்த படைப்பாகிறது. எலியட் தனது விமர்சனத்தில் பேசிய கருத்துகளைக் கவிதையில் ஆராய்வதற்கான ஓர் முயற்சி என்றும் அதை வகைப்படுத்தலாம். ஒரு தனிப்பட்ட வாழ்க்கையின் பார்வையில் வரலாற்று உணர்வை வெளிப்படுத்தி அவ்வாழ்வின் காலவரம்புகளுக்குள் காலமற்றதைத் தியானிக்கும் இம்முயற்சியின் மூலம் ஒரு புதிய கவிதை முறைமையின் பரந்த கூறுகளை ஒருங்கிணைக்க முயன்றார். எதிர்காலத்தில் அவர் செய்யவிருந்த கவித்துவ சாதனைகளுக்கு இது ஒரு ஸ்திரமான அஸ்திவாரத்தை அமைத்துக் கொடுக்கும்: *The Wasteland, The Hollow Men, Ash Wednesday* மற்றும் கம்பீரமான *Four Quartets*.

அச்சாதனைகளின் இன்பங்களை அடுத்து வரும் கட்டுரைகளில் அனுபவிக்கையில் ஒரு கவிஞராக எலியட் தன் வாழ்வின் இலக்கை எவ்வாறு அடைந்தார் என்பதையும் நாம் உணர்ந்து கொள்வோம்.

- ஆகஸ்ட் 2022.

பாழ்மையினூடே மகோன்னதத்திற்கு :
எலியட்டின் பாழ் நிலம்

பாழ்மையினூடே மகோன்னதத்திற்கு :

எலியட்டின் பாழ் நிலம்

கடந்த நூறாண்டுகளாக டி.எஸ்.எலியட்டின் கவிதையான The Waste Land எப்படியெல்லாம் வாசிக்கப்பட்டிருக்கிறது என்பதைப் திரும்பிப் பார்ப்பதுகூட ஒரு சுவாரஸ்யமான அனுபவமாகவே இருக்கும் என்று தோன்றுகிறது. குறிப்பிட்ட சில கவிதைப் படைப்புகள் (விட்மனின் லீவ்ஸ் ஆஃப் கிராஸ், எலியட்டின் த வேஸ்ட் லாண்ட், எஸ்ரா பவுண்டின் காண்டோஸ் போன்றவை) உடனடியாக நினைவுக்கு வருகின்றன. அவற்றின் இலக்கிய மரபுகளிலிருந்து, ஒவ்வொரு தலைமுறையும் அவற்றைப் புதிதாய்க் கண்டுபிடிக்கும் வகையில், எப்போதுமே பழதாகிவிடாதொரு “புதுமையில்” அவை வெளிப்படுகின்றன. அவற்றில் பொதிந்திருக்கும் ஏதோவொரு உட்கருவொன்று அவற்றின் பிரத்யேக நிலங்களின் தீவுத்தன்மையையும் மீறி, மாற்று நிலங்கள், தட்பவெட்பநிலைகள், காலங்கள் என்று வேறுபட்ட களங்களில் அவை புதிதாய்த் தழைக்க வழிவகுக்கிறது. எண்பதுகளில் மலிவுவிலை ஃபேபர் எடிஷனில் ஒன்றுக்கு மேற்பட்ட வாசிப்புகளில் அதனால் மிகவுமே திகைப்புற்றேன். என் குழப்பமான வாலிப உணர்வுடன் தீவிர இசைத்தன்மையுடன் பேசிய சில பகுதிகள், முந்தைய வாசிப்பு அனுபவங்களுடன் ஒருங்கிணைத்து அதன் ஊடுபிரதித்தன்மையை நான் இனங்கண்டுகொண்ட பகுதிகள், அனைத்திற்கும் மேலாக உசாத்துணையாகவும் வாசகரை வழிநடத்தும் நோக்கத்தோடும் எலியட் கவிதையின் முடிவில் அளித்திருந்த அந்த திகைக்கவைத்த அடிக்குறிப்புகள் என்று இந்த நினைவு நீள்கிறது. எலியட், பவுண்ட் போன்றோரின் ஊடுபிரதித்தனமை மிளிரும் “பாலிம்செஸ்ட்” நூல்களை, அப்பாலிம்செஸ்டை உருவாக்குவதில் பங்கேற்கும் மூல நூல்கள் எளிதில் வாசிக்கக் கிடைக்காத கீழை நாடுகளில் எதிர்கொள்வதென்பது ஒரே

சமயத்தில் திகிலூட்டுவதாகவும், மனச்சோர்வளிப்பதாகவும் இருந்ததை இணையத்திற்கு முந்தைய வாசகர்கள் நன்கறிவார்கள். இணையம் நம் அனைவருக்குமே "மெத்த படித்திருக்கிறோம்" என்ற தவறான பெருமித உணர்வை அளித்திருக்கிறது, ஏதோ கூகுளின் தேடல் அல்காரிதம் நம் மூளையின் நீட்சி போல் நாம் நம்மையே ஏமாற்றிக் கொள்கிறோம். இன்று பாழ்நிலத்தின் ஒவ்வொரு மறைகுறிப்பையும் கூகிளாழ்வார் கணப்போதில் துப்பிவிடுகிறார். அதைப் பெற்றுக்கொள்ளும் அவசர வாசகனும் துரிதமான இத்தேடிப் பட்டியலிடுதலே பாழ்நிலத்தைப் படித்தனுபவித்துப் புரிந்துகொண்டததற்குச் சமானம் என்ற பிரமையில் முகநூலில் தம்பட்டமடிக்கிறான். *Hypocrite lecteur!—mon semblable,—mon frère!* என்னும் வரி பூட்லேரின் லே ஃப்லேர் டு மால் *(Les Fleurs du Mal)*இலிருந்து வருகிறது என்ற தகவலை அறிந்திருப்பதும், அவ்வரியை அந்த அபாரமான புத்தகத்தின் முழு வாசிப்பனுபவத்தின் ஒரு பகுதியாக உணர்ந்து அதை எலியட்டின் கவிதையோடு இணைத்துப் பார்ப்பதும் முற்றிலும் வேறுபட்ட விஷயங்கள். என்னைப் பொறுத்தவரையில், குறைந்தபடசம், இது போன்ற படைப்புகள், மேலை இலக்கிய மரபின் ஆகச் சிறந்த நூல்தொகையில் என்னைப் பயிற்றுவிப்பதற்கான ஊக்கப் பலகைகளாக இருந்திருக்கின்றன. எலியட்டை வாசிக்கையில் நான் பல இடைநிறுத்தங்கள் செய்திருக்கிறேன், அவரின் பிரதியிலிருந்து விலகி தாந்தேயின் டிவைன் காமெடி அல்லது ஜெகோபிய, எலிசபெத்திய நாடகப் படைப்புகளைப் படிப்பதற்காக. அவற்றிலிருந்து மீண்டு எலியட்டின் பிரதிக்குத் திரும்புகையில் அதை உள்வாங்கிக் கொள்ள மேலும் தயாரான நிலையில் திரும்பி வருகிறேன்.

இம்மாதிரியான வாசிப்பு அதிக நேரத்தை எடுத்துக் கொண்டாலும் அதன் சுகம் அலாதியானது என்பதில் சந்தேகமில்லை, ஏனெனில் கலாச்சார இன்பங்கள் அனைத்துமே பொறுமையாக ருசிக்கப்பட வேண்டியவை ("*speed is the enemy of reflection*" என்கிறது எண்பதுகளில் படித்த மற்றொரு புத்தக வரி). ஒரு "தனிப்பட்ட படைப்புத்திறன்" ஒரு குறிப்பிட்ட "இலக்கிய பாரம்பரியத்திலிருந்து" வெளிப்படுவதை உணர்ந்து கொள்ள உதவுவதாலேயே, இத்தகைய வாசிப்பு

உத்தியானது, அத்தனிப்பட்ட திறனை நுண்மையாக அனுபவிக்க வழிவகுக்கிறது.

"மொழியை தன் அர்த்தத்திற்குள் இடம்பெயரும் வகையில் மேலும் மேலும் விரிவாகவும், சூட்சுமங்கள் வழியே மறைமுகமாகவும்" பயன்படுத்த தன் நாகரிகத்தின் சிடுக்குகளால் கவிஞன் நிர்ப்பந்திக்கப்படுகிறான் என்று எலியட் ஒருமுறை தெளிவுபடுத்தினார். ஆனால், எலியட் எப்போதுமே அவரது மறைகுறிப்புகளின்தொகையைக்காட்டிலும்அதிகமானவராகவே இருக்கிறார். மறைகுறிப்புகள பின்புலம் மட்டுமே. அவற்றின் பின்னணியில் ஒரு தீவிரமான தனிப்பட்ட அனுபவம் முன்வைக்கப்படுகிறது. இவற்றின் பக்க அணிமையே ஓர் உலகளாவிய ஆளுமை துறந்த ஓர் சார்பற்ற நிலையை வெளிக்கொணர உதவுகிறது. அச்சார்பற்ற நிலை வாசகனின் ஆளுமை கவிதைக்குள் நுழைவதற்கான திறப்பை அளித்து, கவிதையால் அது மேலும் செழிப்பாகவும் வினோதமானதாகவும் "கடல்-மாற்றம்" கொள்வதற்கு ஏதாக அமைகிறது. வேஸ்ட் லாண்டின் மறைகுறிப்புகள் அலாதியானவைதான், ஆனால் அக்கவிதையின் இதயம் அதன் இசைத்தன்மையில்தான் உயிர்த்திருக்கிறது. அவ்விசைத்தன்மையின் தாளலயத்திலிருந்து ஒழுங்கமைக்கபட்ட உணர்வுநிலைகள் இயல்பாகவே வாசகனின் "செவிக்கும் கற்பனையில்" எழும்பி வருகின்றன.

ஆர்வமுள்ள வாசகர் எலியட்டின் குறிப்புகளிலுள்ள சுட்டுதல்களிலிருந்து மேற்கு மற்றும் கிழக்கின் இலக்கிய, தத்துவ நிலப்பரப்புகளில் மகிழ்வூட்டும் உல்லாசப் பயணங்களில் ஈடுபடலாம். ஆனால் எலியட் குறிப்பிடும் பலவற்றில் குறிப்பாக இரண்டு படைப்புகள் மட்டுமே, அவை இரண்டும் மானுடவியல் சார்ந்தவை, பாழ்நிலத்தை தெளிவுபடுத்த முயன்ற விமர்சனங்களில் அளவிற்கதிகமான தாக்கத்தை ஏற்படுத்தியுள்ளன: சர் ஜேம்ஸ் ஃப்ரேசரின் கோல்டன் பவ் (Golden Bough), ஜெஸ்ஸி வெஸ்டனின் ஃப்ரம் ரிச்சுவல் டு ரொமான்ஸ் (From Ritual to Romance). ஃப்ரேசரின் பிரம்மாண்டமான, 12 தொகுதிகளாக விரியும் வாழ்க்கைப் பணியை சுருக்கிக் கூறுவதென்பது ஆகாத காரியம் என்பதால், மதத்தின் இயற்கைக்கு அப்பாற்பட்ட கூறுகளை

மறைவிளக்கம் செய்து அவற்றை மானுடச் சிந்தனையின் விளைபொருளாகக் குறுக்குவதே அதன் பிரதான நோக்கம் என்பதை மட்டும் சுட்டிக்காட்ட விரும்புகிறேன். மதத்தின் பரிணாம வளர்ச்சியை அதன் பண்டையத் தொடக்கங்களிலிருந்து அதன் மிகவும் பரிணாம வளர்ச்சியடைந்த வடிவங்கள் (கிறிஸ்தவ மதம் பிரதானமாக) வரை தொடரும் ஃபிரேசர் இன்றைய மத நம்பிக்கைகளை வரலாற்றுக்கு முந்தைய காலத்தில் புழங்கிய எளிமையான கருத்துகளுடனும் “மூட நம்பிக்கைகளுடனும்” இணைக்க முயன்றார். பல கலாச்சாரங்கள் சகாப்தங்கள் மீது அவர் தன் பகுத்தாயும் வலையை வீசுகையில் பெரும்பாலான இனப்பெருக்கச் சடங்குக் குழுக்களிடையே (fertility cults) பொதுவாக இருந்த இரு அம்சங்களைக் கண்டெடுத்தார்: இறந்து கொண்டிருக்கும் கடவுளையும் உயர்த்தெழும் கடவுளையும். கடவுள் பெரும்பாலும் இளமையாகவும், மாபெரும் பெண் தெய்வமொன்றுக்குப் பிரியமானவராகவும், தாளவொண்ணா பெருந்துயரத்தை விளைவிக்கும் அகால மரணத்திற்கு உள்ளாகிறவராகவும் இருக்கிறார். பெண் தெய்வத்தால் மீட்கப்பட்டு அல்லது ஓரளவிற்கு உயர்ப்பிக்கப்பட்டு, இவ்வுயிர்த்தெழலால் கிட்டிய வாழ்வின் ஒரு பகுதியை மேலே வாழும் உலகிலும், மீதியைக் கீழே பாதாள உலகத்திலும் செலவிடுகிறார். இவ்வகையில் ஆண்டுதோறும் நிகழும் பருவகால மாற்றங்கள், உலகின் தாவர உலகின் வளர்ச்சி வீழ்ச்சி சுழற்சிகள் இவையனைத்தும் கடவுளின் பிறப்பு, இறப்பு, மறுபிறப்பு ஆகியவற்றுடன் இணைக்கப்படுகின்றன. காலப்போக்கில் தெய்வத்திலிருந்து தெய்வவுருவிலிருக்கும் ராஜாவிற்கும் ராஜாவை நகலிக்கும் இரட்டையான விலங்கிற்கும் மாற்றீடுகள் நிகழ்ந்தாலும் அடிப்படைக் கருத்தில் மாற்றமில்லை. இதிலிருந்து தொடங்கி, பயிர்ச்செழிப்பு தெய்வத்தின் மறிப்பு, மீளுயிர்ப்பு, கடவுள்-ராஜாவின் சடங்குக் கொலை ஆகியவற்றின் பரிணாம வளர்ச்சியே கிறித்தவம் என்ற கருதுகோளை ஃப்ரேஸர் முன்வைக்கிறார். ஆனால் எலியட்டோ, ஒரு மத அனுபவத்தின் உள்ளார்ந்த அர்த்தம் விவரணைக்கு அப்பாற்பட்டதென்றும், சடங்கைக் குறித்த எந்த விளக்கமும் அவ்வனுபவத்தின் தோற்றத்தை விளக்க முடியாதென்றும் வாதாடினார். ஃப்ரேசரின்

சில முடிவுகளை அவர் தள்ளுபடி செய்தபோதிலும், வரலாறென்பது "மனிதத் தவறு மற்றும் முட்டாள்தனத்தின் மனச்சோர்வளிக்கும் பதிவு" என்றும் நாகரிகத்தின் வெளிப்பூச்சிற்கு அடியே காட்டுமிராண்டித்தனமும் வன்முறையின் வெள்ளோட்டங்களும் முன்வரலாற்றுக் காலம்வரையிலும் நீள்கின்றன என்றும், அவை வரலாற்றிற்கு முந்தைய காலத்தின் மறைந்துவிட்ட மனதை வெளிப்படுத்துகின்றன என்றும், நம் மனதும் அம்மறைந்துவிட்ட மனதின் தொடர்சியே என்ற கருத்தையும் எலியட் அவரிடமிருந்து எடுத்துக்கொண்டார்.

ஜெஸ்ஸி வெஸ்டன் மத நம்பிக்கைகளின் பரிணாமத்தைக் கண்டறிய கிரெயில் லெஜண்டை ஒரு வாகனமாகப் பயன்படுத்தினார். கிரெயில் என்பது கிறிஸ்து தனது கடைசி இரவு உணவில் பயன்படுத்திய கோப்பை மற்றும் / அல்லது சிலுவையில் அறையப்பட்டபோது கிறிஸ்துவின் உடலில் இருந்து வெளியேறும் இரத்தத்தைப் பிடிக்க அரிமத்தியாவின் ஜோசப் பயன்படுத்திய கோப்பை. கிரெயில் இறுதியில் தொலைந்துபோய், தேடுதல் பொருளாக மாறுகிறது; இதன் விளைவாக இந்தத் தேடலை விவரிக்கும் பல இடைக்கால ரொமான்ஸ் படைப்புகள் (கிங் ஆர்தரும் அவரது வட்டமேஜை மாவீரர்கள் உட்பட) பெருகின. தேடற் சடங்கில் ஃப்ரேஸரின் தூக்கிலிடப்பட்ட தெய்வத்தின் மேலழுத்தங்கள் இருந்தாலும் பெரும்பாலும் அதில் ஓர் வலுவிழந்த அரசனின் பலவீனம் அவனது பாழடைந்த ராஜ்யத்தால் பிரதிபலிக்கப்படுகிறது. அவனும் அவனது சாம்ராஜ்யமும் கிரெயிலைத் தேடும் மாவீரரால் (knight) உயிர்ப்பிக்கப்பட வேண்டும். தேடலின் ஒரு பகுதியாக, மாவீரர் அபாயம் சூழ்ந்திருக்கும் சிற்றாலயத்தில் (The Chapel Perilous) சோதனைக்கு உட்படுகிறார், அங்கு அவர் கிரெயில் மற்றும் கிறிஸ்துவின் பக்கத்தைத் துளைத்து அதன் விளைவாக "நீரை விடுவிக்கும்" ஈட்டி (lance) குறித்த 'சரியான' கேள்விகளைக் கேட்டாக வேண்டும். ராஜாவும் அவனது ராஜ்யமும் இதன் விளைவாகப் புத்துயிர்க்கப் படுகிறார்கள். ஜெஸ்ஸியும் கிரெயில் புராணக்கதையையும் கிறித்துவச் சடங்கின் குறீயீட்டு வேர்மூலத்தையும் பண்டைய கால தாவரச் சடங்குகளில் அகழ்ந்தெடுக்கிறார்.

கவிதையின் பல்வேறு அம்சங்களை மேற்கூறிய ஃப்ரேஸர், வாட்சன் ஆகியோரின் கருத்துகளுடன் இணைத்து Waste Land ஒரு சிதைந்த நாகரிகத்தின் (பொக்கை வாய்க் கிழட்டுச் சிறுக்கி என்று பவுண்ட் நினைவில் நிற்கும்படி கூறியதுபோல்) மன அதிர்ச்சியைப் படம்பிடித்துப் புதுப்பித்தலுக்கான வழியைப் பாடுகிறது என்ற ஒரு கதையாடலை விமர்சகர்கள் பல காலமாக முன்வைத்துக் கொண்டிருக்கிறார்கள். இவ்வகையான இலக்கியத் துப்பறிவே, இருபது வயது வாசகனாக, கவிதையை எனக்கு வசீகரமாக்கியது. கவிதையின் மாந்தரைக் கவிஞன் கவனிப்பதும், பாகம் ஒன்றிலிருந்து ஐந்து வரை படிப்படியாக உருவாகும் ஒழுங்கமைக்கப்பட்ட உணர்வு நிலைகளையும் அவதானிக்கும் மேலும் நுட்பமான வாசிப்புகளுக்கும் வழிவகுக்கும் ஓர் கட்டாயச் சடங்காக இம்மாதிரியான வாசிப்புகள் மேற்கொள்ளப்பட வேண்டும் என்று இன்னமும் நம்புகிறேன். தொன்மத்தை, நிகழனுபவத்தை ஒழுங்கமைக்கும் ஓர் சட்டகமாக, யூலிசிஸ் விமர்சனத்தில் எலியட் சுட்டிக்காட்டியதைப் போல் சமகாலத்திற்கும் பழங்காலத்திற்கும் இடையே ஓர் தொடர்ச்சியான உடன்நிகழ்மையை நிறுவும், கதையாடல் முறைமையிலிருந்து (narrative method) வேறுபட்டிருக்கும் ஒரு தொன்ம-முறைமையாகப் (mythical method) பயன்படுத்தலாம் என்ற கருத்தையே வெஸ்டன், ஃப்ரேசர் படைப்புகளிலிருந்து எலியட் எடுத்துக்கொண்டார்.

வேஸ்ட் லேண்டில் மூன்று மைய நிகழ்வுகள் / அனுபவங்கள் உள்ளன. அதைச் சுற்றி மறைச்சுட்டுதல் பகுதிகள் கட்டமைக்கப்பட்டு அதன் தரிசன இசை உருவாக்கப்படுகிறது. அவற்றில் முதலாமானதே மிக முக்கியமானது. ஹயாசிந்த் தோட்டத்தில் நிகழும் இவ்வனுபவம் இறந்தவர்களின் அடக்கம் என்று தலைப்பிடப்பட்ட பகுதியில் இடம்பெறுகிறது. Burial of the Dead, இறந்தவர்களை அடக்கம் செய்வதற்கான ஆங்க்லிகன் ஆலயத் திருவினையிலிருந்து பெறப்பட்டது. அதில் உயிர்த்தெழுதல் என்ற கருப்பொருள் புனித பாலின் வார்த்தைகளில் நமக்களிக்கப்படுகிறது: “மரித்தோர் அழிவில்லாதவராய் எழுவர்; நாமும் உருமாற்றப்படுவோம்.” தீவிரமான அகநிலை அனுபத்தின் நினைவாக அமைந்திருக்கும் இப்பகுதியில் அதன் உரைப்போன் தன் ப்ரூஃப்ராக்கிய

முடிவெடுக்க முடியாமையால் செயலற்று திகைத்திருக்கிறான். அதை நினைவில் மீட்டெடுக்கும் போது அக்காட்சிக்குப் பேரானந்த மற்றும் பயங்கர மேலழுத்தங்களை அளிக்கிறான்.

You gave me hyacinths first a year ago;
"They called me the hyacinth girl."
Yet when we came back, late, from the Hyacinth Garden,
Your arms full, and your hair wet, I could not
Speak, and my eyes failed, I was neither
Living nor dead, and I knew nothing,
Looking into the heart of light, the silence.
Oed' und leer das Meer.

"ஒரு வருடத்திற்கு முன் ஹயாசிந்த் மலர்களை நீ எனக்களித்தாய்;"
"அவர்கள் என்னை ஹயாசிந்த் நங்கை என்றழைத்தார்கள்."
—இருந்தும் ஹயாசிந்த் தோட்டத்திலிருந்து நாம் தாமதமாய்த் திரும்பிய போது
உன் கரங்கள் நிரம்பி இருந்தன, கேசமோ நனைந்திருந்தது, நாக்குழறி
பார்வையற்றுப் போனேன், உயிரோடவும் இல்லை
மறிக்கவும் இல்லை, எதையும் அறிந்திருக்கவுமில்லை நான்,
ஒளியின் மையதையும் மௌனத்தையும் பீரிடுகையில்.

Oed' und leer das Meer
— பாழ்மையில் மௌனம் காத்திருக்கிறது கடல்.

"உன் நிறைந்த கைகளும் நனைந்த கூந்தலும்" என்ற வரியிலிருந்து "நான் ஏதும் அறிந்திருக்கவில்லை" என்ற வரிக்கு முன்னேறுவதென்பது உணர்ந்த அனுபவத்தின் உடனடித் தனத்திலிருந்து அவ்வனுபவத்தைப் பகுத்தாய்வதற்கு முன்னேறுவதும்கூட. கவிதையில் தன்னையே அவதானித்துக் கொள்ளும் மற்றொரு எலியட்டிய ஆளுமை இயல்பாகவே காட்சியைப் பொருத்தமான ஒரு தொன்மச் சட்டகத்திற்குள் பொருத்திப் பார்க்கிறது. "வெறுமையான ஆறுதலற்ற கடல்" *(Oed' und leer das Meer)* என்ற வரி ட்ரிஸ்டன் இசோல்டின் காதலை மையமாகக் கொண்ட வாக்னரின் ஒபெராவிலிருந்து

எடுக்கப்பட்டது. அக்காதல் கதையே ஏடனியத் தோட்டத்தின் சீர்குலைவைச் சுட்டும் பிற கதையாடல்களை உள்ளடக்கியது. காதலைத் தோற்றுவிக்கும் காதல் பானகத்தைக் காதலர்கள் குடிக்குமுன் வரும் மாலுமியின் பாடலிலிருந்தும் ட்ரிஸ்டனின் ஆருயிரான இசோல்டை சுமந்துவரும் கப்பலேதும் தென்படாத பாழ்மையான வெற்றுக் கடலை அறிவிக்கும் ஆடு மேய்ப்பவனின் பாடலிலிருந்தும் வரும் இரு மேற்கோள்களுக்கு இடையே ஹையாசிந்த் தோட்டக் காட்சி வருவது பொருத்தமாக இருக்கிறது. "பார்வை தவறியது" என்பது கடந்த காலப் பாழ்மையை முன்னனுபவித்து வருங்காலப் பாழ்த்தலை முன்னறிவிக்கும் கவிதையின் மற்றொரு முக்கிய ஆளுமையான தீர்க்கதரிசிக் குருடன் டைரீசியஸுடன் அவனை இணைக்கிறது (ஒற்றை கண் வர்த்தகன், "அம்முத்துக்களே ஒரு காலத்தில் அவர் கண்கள்" என்று ஷேக்ஸ்பியரின் வரியை நினைவுகூரும் வரிகளுடனும்.) ட்ரிஸ்டன், ஹையாசிந்த் தோட்ட வரிகள் இரண்டும் இரண்டு தீர்க்க தரிசனக் குரல்களுக்கு இடையே வருவதும் குறிப்பிடத்தக்கது: ட்ரிஸ்டன் வரிகளுக்கு முன்னே வரும் பாலைவனத்து தீர்க்கதரிசியின் குரல் மற்றும், "மாயப் பட்டினத்திற்கு" அழைத்துச் செல்லும் போலிச் சிபில் வேடத்தில் வரும் மேடம் சொசோஸ்ட்ரிஸின் குரல். கவிதையின் தொன்மவியல் முறையானது இப்போதையும் அப்போதையும் ஓர் உடன்நிகழ்வாக நிறுவ முயல்வது போல் கவிதையின் நவீனத்துவம் அதன் சவ்வூடுபரவல் சுட்டுதல்களை அடைய வரிசையாக நிகழும் சரணங்களை வாசகனின் மனதில் உடனிசைப்பதைக் கோருகிறது. ஹையாசிந்த் தோட்டத்தின் மோக இழப்பும் அதன் பின்நோக்கும் விழிப்புணர்வும் அதற்குச் சற்றே முன்வந்த "பாழ்மைக் கடலிற்கும்" "கைப்பிடி தூசியில் காட்டப்படும் பயத்திற்கும்" இட்டுச் சென்றால், அவ்விழப்பின் மீளமுடியாமையே புத்துயிர்ப்பு விழைவைத் தணிக்கும் நினைவைப் பேசும் கவிதையின் முதல் வரிகளுக்கு நம்மை அழைத்துச் செல்கிறது.

April is the cruellest month, breeding
Lilacs out of the dead land, mixing
Memory and desire, stirring
Dull roots with spring rain.

ஏப்ரல் மாதம் கொடூரமானது, இறந்த நிலத்தில்
இளஞூதாக்களை வெளிக்கொணர்ந்து, நினைவை
விழைவுடன் கலக்கி, மந்தமான வேர்களை
வசந்தத்தின் மழையால் உயிர்ப்பிக்கிறது

இந்தக் கொடூரமான வரிகளின் தாக்கத்திலிருந்து பின்வாங்குகையில், குழந்தைப் பருவ நினைவுகளின் ஆறுதலுக்கு ("மலைகளில், நீ சுதந்திரமாக இருக்கிறாய்.") மனம் திரும்புகிறது. ஆனால் ஆசுவாசமோ தற்காலிகமாக இருக்கிறது, ஏனெனில் அடுத்துவரும் பாலைவன தீர்க்கதரிசியின் குரல் உடனடியாகவே பதற்றப்படுத்துகிறது:

What are the roots that clutch, what branches grow
Out of this stony rubbish? Son of man,
You cannot say, or guess, for you know only
A heap of broken images,

பற்றும் இவ்வேர்கள் எவை? இக்கற் குப்பையிலிருந்து
வளரும் இக்கிளைகள் எவை? மனிதனின் மைந்தனே
கூறவோ ஊகிக்கவோ முடியாது உன்னால், ஏனெனில்
சிதைந்த பிம்பக் குவியலை மட்டுமே நீ அறிவாய்

தீர்க்கதரிசியின் குரலில் ஒலிக்கும் வரிகளில் எதிர்மறையான பிம்பங்கள் நிறைந்திருந்தாலும் அவை கவிதை உரைப்போனிடத்தே நெருக்கும் அவசரத்தை ஏற்படுத்தி இழந்த ஆதர்சத்தை உக்கிரமாக உணரச் செய்கிறது. மோகத்தின் முடிவு பாழ்மை என்றாலும், அதன் இழப்பின் இலட்சியமயமாக்கல் மேன்மைக்கான சாத்தியத்தை அளிக்கிறது. வேஸ்ட் லாண்டின் மற்றொரு வழிநடத்தும் ஆளுமையான தாந்தேயிடமிருந்து இதைத்தான் எலியட் முக்கியமாகக் கற்றுக்கொண்டார். இதனால்தான் வாக்னர் இசை நாடகத்தின் முடிவு அது பாடும் மரணத்தின் கூர்துயரிற்கு மாறாக, அழகை நோக்கி அதன் அதீதக் கடப்புப் பாய்ச்சலை நிகழ்த்துகிறது. தீர்க்கதரிசியின் குரல் ஒரு வகையான விவிலியத் தீவிரத்துடன் கவிஞருக்கு

உயிர்ப்புடன் உண்மையானதாக இருப்பதால் அது கவிதையில் பின்னர் ஆக்கபூர்வமாக உருமாற்றப்படலாம்.

மேடம் சோசோஸ்ட்ரிஸின் ஆரூடமோ, கவிதையின் சில பாத்திரங்களையும், மையக்கருத்துக்களையும் அறிமுகப்படுத்தினாலும், "மரணம் அத்தனை பேரை செயலிழக்கச் செய்யும்" லண்டன் என்ற பொய்த்தோற்ற நகரத்திற்கு இட்டுச் செல்லும் வெற்று டாரோ குறியீடுகளின் செப்படிவித்தையாக மட்டுமே இருக்கிறது. "*Death had undone so many*" என்ற வரி தாந்தேயின் இன்ஃபெர்நோ-விலிருந்து வருகிறது. அதில் தார்மீக ரீதியில் நடுநிலை வகிப்பவர்கள், இரட்சிக்கப்படாமலும், முற்றிலும் தண்டிக்கப்படாமலும், லிம்போ எனும் திரிசங்குத் தளத்தில் தத்தளிக்கிறார்கள். நரகமான நகரத்தில், மெய்மைத் தேற்றமில்லாது பிணங்களாக வாழ்பவர்கள் அறியாமையில் வேலைக்குச் செல்கையில் கடக்கும் செயிண்ட் மேரி வூல்னோத் ஆலயம் என்ற "கிரெயில் கோட்டைக்கு" அருகே, மேடம் சோசோஸ்ட்ரிஸை முன்பு சந்தித்த "நான்", ஸ்டெட்சன் எனும் நபரைச் சந்திக்கிறது. அவனோ பண்டைய தாவரச் சடங்குகளின் பிந்தைய காலப் பகடியைப் போல் தோட்டத்தில் பிணங்களைப் (புதைக்கப்பட்ட கடவுள்கள்?) புதைத்துக் கொண்டிருப்பவன். ஒவ்வொரு ஆண்டும் அவை நாய்களால் தோண்டி எடுக்கப்படுவதால், இச்சடங்கு ஒருபோதும் மறுபிறப்பை ஏற்படுத்தாதென்பது திண்ணம். முதற் பகுதி பூட்லேரின் வரியுடன் முடிவுற்றாலும், செத்துப் பிறக்கும் சுட்டுதல்களை நாய்களைப் போல் அகழ்ந்தெடுக்கும் மிகையார்வ விமர்சகர்கள் என்று ஜாய்ஸ் ஒரு முறை கிண்டலடித்ததையும் நினைவுபடுத்துகிறது:

> *"Oh keep the Dog far hence, that's friend to men,*
> *"Or with his nails he'll dig it up again!*
> *"You! hypocrite lecteur!—mon semblable,—mon frère!"*

> "அய்யோ, மனிதருக்கு தோழனாக இருக்கும் நாயைத் தள்ளியே வை
> இல்லையேல் நகத்தால் மீண்டும் தோண்டி எடுத்துவிடும் அவை!
> ஏய்! கபட வாசகா! என் நகலே, — என் உடன்பிறப்பே!"

***

முதற் பகுதி காதலுணர்வின் பரவசத்தையும் அதன் அறுதி இழப்பின் தொடக்கத்தையும் நமக்குக் காட்டியதென்றால், இரண்டாம் பாகம் அதன் மறுப்பைக் குறித்த அவதானிப்புகளில் ஈடுபடுகிறது; அப்பட்டமாகச் சொல்ல வேண்டுமானால், அன்பில்லா காமத்தைக் குறித்த அவதானிப்புகளில். "Words at once true and kind, Or not untrue and not unkind" என்று லார்க்கின் ஒருமுறை வரையறுத்த வார்த்தைகளைக் கண்டறிவதற்குக் கடினமாக இருக்கும், அவர் கவிதைகள் பேசும், இல்லற வாழ்க்கையின் "soft horror of living"-கின் பாழ்மையான வடிவங்களே இப்பகுதி. அதில் முதலில் உயர் நடுத்தர வர்க்கத்து மணவாழ்வொன்று நமக்குக் காட்சிப் படுத்தப்படுகிறது. Bad nervesஆல் அவதியுற்றிருக்கும் மனைவியிடம் அனுதாபம் காட்டமுடியாத (அல்லது அனுதாபிக்க அனுமதிக்கப்படாத) கணவன் எனும் அவலச்சூழல். சபிக்கப்பட்ட கடந்தகாலக் காதல்களின் வீழ்ச்சிகளை அபாரமாகக் கைப்பற்றும் இருபது பாலிம்ப்செஸ்ட் வரிகளால் தயார்படுத்தப்பட்ட நிலையில் நாம் அவர்களின் மெய்யற்ற வாழ்க்கையின் நிகழில் திடீரென்று இருத்தப்படுகிறோம். ஷேக்ஸ்பியரின் ஆண்டனி மற்றும் கிளியோபாட்ராவிலிருந்து கிளியோபாட்ரா, போப்பின் ரேப் ஆஃப் தி லாக்கிலிருந்து பெலிண்டா, வெர்ஜிலின் எனீயட்-இல் எனீயஸ்சால் கைவிடப்பட்ட டிடோ, மில்டனின் பேரடைஸ் லாஸ்ட்டிலிருந்து ஏடனியத் தோட்டத்து எல்லையிலிருந்து ஆசைகாட்டும் சாத்தானும் அவன் தூண்டிவிடும் ஏவாளும், ஓவிடின் மெடமார்ஃபசிஸ்ஸிலிருந்து வரும் ஃபிலோமிலாவும் அவளின் துண்டிக்கப்பட்ட நாக்கும் இப்படிச் சபிக்கப்பட்ட காதல் வேட்கையின் பல முன்மாதிரிகள் நமக்கு அளிக்கப்படுகின்றன. அவை இப்பகுதியின் பேசுபொருளான நவீன மணவாழ்வின் தொடர்புமுறிவின் மீது வெளிச்சம் பாய்ச்சுகின்றன. ஆனால் அந்த அதிபுத்திசாலித்தனமான இலக்கிய வரலாற்று நகலித்தலில், அடுத்துவரும் "நரம்புப் பிரச்சனையைக்" குறித்த உரையாடலுடன் அதனை தொடர்புறுத்த ஏதாகவும், அதன் தாக்கத்தை மேலும் தீவிரப்படுத்துவதற்கும் தேவையான பேச்சு மொழியின் உயிர்ப்பில்லை. ("கொடூரமாகக் கற்பழிக்கப்பட்டு,

குயிலாகப் பாலைவனத்தைத் தன் நாவிழந்த சோகத்தால் கூவி நிறைக்கும் ஃபிலோமிலா இதற்கு விதிவிலக்கு)

> *Speak to me. Why do you never speak. Speak.*
> *"What are you thinking of? What thinking? What?*
> *"I never know what you are thinking. Think."*

என்னுடன் பேசு. எப்போதுமே ஏன் பேச மறுக்கிறாய்? பேசேன்.
"என்ன யோசனை? எதைச் சிந்திக்கிறாய்? எதை?
"நீ நினைப்பதெதையுமே நான் அறிந்துகொண்டதில்லை. சிந்தித்துப் பார்."

என்ற வரிகள் நம்மை "*inviolable voice*"-ஆல் நிறைப்பதில்லை. ஆனால் இதைத்தான் கவிஞர் எதிர்பார்க்கிறார் போலிருக்கிறது. மாஸிஞ்சர் குறித்த கட்டுரையில் இதைத்தான் எலியட் குற்றம்சாட்டினார்: "மொழிக்கான அவரது உணர்வு அதன் பேசுபொருளைக் குறித்த உணர்வைக் காட்டிலும் அதிகமாக விரைவதால் அவர் "கண்ணும் நாக்கும் ஒத்துழைப்பதில்லை". மேலும் அதே கட்டுரையில்:

"மாஸிஞ்சரின் தார்மீகத்தில் பிழைவுற்றதாகவோ நலிவுற்றததாகவோ நாம் கருதக்கூடியவை உண்மையில் விழுமிய மாற்றமோ அதன் குறைப்படுத்தலோ அல்ல; தார்மீகம் நிலைநிறுத்தி அதனுள் ஒரு வகையான ஒழுங்கை அறிமுகப்படுத்தும் அசலான தனிப்பட்ட உணர்வுகளின் மறைவையே நாம் இங்கு ஓர் குறையாகக் காண்கிறோம். உணர்வுகள் மறைந்த உடனேயே அவற்றை ஒழுங்குபடுத்தும் தார்மீகம் அருவருப்பானதாகத் தோன்றுகிறது."

மார்வெல், ஓஃபீலியா சுட்டுதல்கள் (HURRY UP PLEASE ITS TIME மற்றும் இரண்டாம் பகுதியை நிறைவு செய்யும் Good night, ladies, good night, sweet ladies, good night, good night வரி), மத்யஸ்தம் செய்யும் "நான்"-இன் தலையீட்டுடன் கீழ்-வர்க்க அவலங்களையும் லில், ஆல்பெர்டின் இல்லறத்தையும் விவரிக்கும் வரிகளுக்கும் இது பொருந்தும்.

எலியட்டின் புதுமைகளைத் தன் அபாரமான நீள்கவிதைகளில் முயன்றுபார்த்த நம் சி.மணியிலும் நாம் இக்குறையைக் காண்கிறோம். கம்பராமாயணம், திருவாசகம், நற்றிணை அல்லது கலித்தொகை வரிகளை முடக்கப்பட்ட பாலியல் விழைவுகள், அவற்றைக் குறித்த குற்றவுணர்வுகள் என்று அவர் பட்டியலிடும் நவீன ஒப்புதல் வாக்குமூலங்களில் இனங்காணும் வாசகன், அவற்றின் அதிபுத்திசாலித்தனத்தைப் புன்முறுவலோடு ரசிக்கிறானே ஒழிய, அவற்றால் அவன் பதற்றமடைவதில்லை:

உந்தாது நெய்வார்த் துதவாது தானெரியும்
நந்தா விளக்கின் நெடுஞ்சூடு
குளிப்பினும் சுடுமே குளிர்சாந்தம்
தெளிப்பினும் சுடுமே.........
அல்லது
கிளர்ச்சி பின்னும் புதிதாய்
மணந்தாழ் புரிகுழ லாளல்குல்
போல வளர்கின்றதே
என் செய்ய?

— நரகம்

***

மூன்றாம் பாகத்தின் துவக்கத்தை வாசிக்கையில் ஒவ்வொரு முறையும் எலியட்டின் முழுமையான கலைத் திறனால் நெகிழ்த்தப்படுகிறேன். இரண்டாம் பகுதியின் இறுதி நினைவூட்டிய மூழ்கும் ஓஃபீலியாவின் விரல்கள் ஒரு ஃபேட்-அவுட் ஷாட்டில் மறைந்து மூன்றாம் பகுதியின் அக்னிப் பிரசங்கத்தைத் தொடங்கிவைக்கும் “இலைகளின் கடைசி விரல்கள் தெம்ஸ் நதிக்கரையை பற்றியபடி சேற்றில் மூழ்கும்” காட்சிக்கு ஃபேட்-இன் ஆவதை மீண்டும் மீண்டும் வியக்கிறேன். ஸ்பென்சர் எழுதிய ப்ரோதலாமியானின் (Prothalamion) நினைவேக்க வரிகளால் தோய்ந்திருக்கும், இசைத்தன்மை மிளிரும் வரிகள் புறநிலை யதார்த்தவாதத்தின் கடுமையான இசையால் அடியறுக்கப்படுவது இப்பகுதிக்கு பன்னிசைத்தறத்தை அளித்து ஒரு ஸானெட்டை வாசிக்கும்

உணர்வைக் கொடுக்கிறது. “சிட்டி நைட்ஸ்”களைத் திருமணம் செய்துகொள்வதற்காக தெம்ஸ் நதியில் மீது பயணிக்கும் ஸ்பென்சரின் ஆதர்சக் கன்னிகள் *(The daughters of the flood)* இப்போது நகர இயக்குநர்களின் வாரிசுகளால் கைவிடப்பட்ட பரிதாபத்திற்குரிய பெண்களாகிவிட்டனர். கோடை நாட்கள் மறைந்துவிட்டதால் பெண்கள், நிம்ஃப்கள் இருதரப்பினருமே நதிக்கரையைத் துறந்துவிட்டார்கள். வெறிச்சோடிய நிகழ், “மணமகளாக” நாம் அறிந்த, “இறந்த” ஓபிலியாவை மீண்டும் ஒருமுறை நினைவுபடுத்துகிறது. எனவேதான் மார்வெல்லின் பிரசித்திபெற்ற நிரந்திரமின்மையைக் குறிக்கும் வரிகளை நினைவுகூரும் கப்லட்டின் நாடகீயத் திருப்பம்:

But at my back in a cold blast I hear
The rattle of the bones, and chuckle spread from ear to ear.

பின்னே அடிக்கும் குளிர்காற்றில் கேட்கமுடிகிறது
எலும்புகளின் கிலுகிலுப்பை, காதுகளுக்கிடையே விரியும் பல்லிளிப்பை

ஆனால் இவ்வரிகளின் துயர்தோய்ந்த திகைப்பை

Sweet Thames, run softly till I end my song,
Sweet Thames, run softly, for I speak not loud or long.

இனிய தெம்ஸ் நதியே, மென்மையாக ஓடு என் பாடல் முடியும்வரை
இனிய தெம்ஸ் நதியே, மென்மையாக ஓடு, ஏனெனில் உறத்தோ நெடுநேரத்திற்கோ
பேசமாட்டேன் நான்.

என்று அவற்றிற்கு முன்னே வந்த வரிகளின் காமத்தைக் கிளரும் லீமனின் நீர் (Leman) ஏற்கனேவே அடியறுத்துவிட்டதால் நமக்கு ஆகமத்தின் சங்கீதம் பகுதியில் வரும் புலம்பல் (“*by the rivers of Babylon...*”) நினைவுக்கு வருகின்றன. கப்லட் அடுத்த பத்தியில் வரும் ஃபெர்டினாண்டின் தரிசனத்திற்கு அழைத்துச் செல்லும் பாலமாக அமைகிறது.

டெம்பெஸ்டில் “*Weeping again the king my father's wrack*” (“அரசன், என் தந்தை, அவர் கடலில் மரணித்ததற்காக மீண்டும்

அழுகிறேன்.") என்ற வரி இடையீடுகளின்றி ஏரியலின் இசையை மீண்டும் ஒலிக்கச் செய்கிறது. அவ்விசை மரணத்தைப் புத்துயிர்ப்பளிப்பதாக உருமாற்றுகிறது:

"Nothing of him that doth fade
But doth suffer a sea-change
Into something rich and strange."

அவரிடத்தே மட்கி மறையாததனைத்தும்
கடல்—மாற்றம் கொள்கின்றன
செறிவுமிக்க வினோதமான மற்றொன்றிற்கு

ஆனால் பாழ்நிலத்திலோ ஃபெர்டினாண்ட் மரணத்தை ஒரு முட்டுச்சந்தாக மட்டுமே பார்க்கிறார்:

White bodies naked on the low damp ground
And bones cast in a little low dry garret,
Rattled by the rat's foot only, year to year

ஈரம் கசியும் தாழ்நிலத்தில் அம்மண வெண்ணுடல்கள்
வறண்ட சிறு தாழ்கூரையறையில் கடாசப்பட்ட எலும்புகள்,
எலியின் பாதத்தால் மட்டும் அவை சிதறடிக்கப்படுகின்றன, வருடாவருடம்

அவரது இருண்மையான பார்வைக்கேற்ப மார்வலின் Time's Winged Chariot இப்போது மோட்டார் கொம்புகளின் கூச்சலாகத் தரம் இறக்கப்பட்டுள்ளது. அநேகமாக, விபச்சார விடுதியை நடத்தும், திருமதி போர்ட்டரின் மகளுக்குக் காட்டுமிராண்டித்தனமான ஸ்வீனியின் வருகையை அவை அறிவிப்பதும் பொருத்தமாகவே இருக்கிறது. போர்ட்டர் குலத்தினர் சோடா நீரில் தங்கள் "பாதங்களைக்" கழுவுவது, "குவிமாடத்தில் பாடும் குழந்தைகளின் குரல்களின்" பின்னணி இசையுடன் வேள்வி செய்பவரின் பாதங்கள் சடங்குச் சம்பிரதாயமாகக் கழுவப்படுவதைப் பாடும் வெர்லெய்னின்

பார்சிஃபல் (Parsifal) கவிதையின் வரியுடன் இணைக்கபட்டு நகைமுரணை அதிகரிக்கின்றது. உருமாற்றத்தை அறிவிப்பதற்குப் பதிலாக இக்கூட்டுப்பாடற் குரல்கள் வெறுமென நாம் இரண்டாம் பகுதியில் எதிர்கொண்ட சகோதரியின் கற்பழிப்பை அறிவிக்க முயலும் ஃபிலோமிலாவின் நாக்கற்ற உச்சரிப்பிற்கு எதிராக முரணிசைக்கின்றன.

Twit twit twit
Jug jug jug jug jug jug
So rudely forc'd.
Tereu

ட்விட் ட்விட் ட்விட்

ஜக், ஜக், ஜக், ஜக், ஜக், ஜக்

எவ்வளவு கொடூரமான பலாத்காரம்

டிரூ

இது அவலத்தை விதியென ஏற்கும் பெண் தட்டச்சரும் ஓர் மனைத் தரகரும் ஈடுபடும் (நாம் பலாத்காரம் என்று சந்தேகிக்கும்) உடலுறவை, சுருக்கங்களால் தொய்வுற்றிருக்கும், வறண்ட மார்பங்களைக் கொண்ட கிழவர் டைரீசியஸ் தரிசிப்பதற்கான மேடையை அமைக்கிறது. இதையொத்த பல அன்பிலா காமாந்திரங்களை அவர் பலமுறை தன் தரிசனப் பார்வையில் காலம்தோறும் முன்னனுபவித்திருக்கிறார். எதிர்மறையான வலுக்கட்டாயத்தை உணர்ச்சிவசப்படாமல் பச்சாதாபங்களின்றி புறநிலைப்படுத்துவதே அவர் வேலை. அதற்காக அவர் பதினெட்டாம் நூற்றாண்டின் ஆங்கில இலக்கிய மரபின் (தாமஸ் கிரே, கோல்ட்ஸ்மித் இத்யாதி) புத்தகத்தனமான உணர்வுகளைப் பயன்படுத்தி அதை ட்ரைடனின் கூர்மையான கடும் நகைச்சுவையைக் கொண்டு (the young man carbuncular... on whom assurance sits / as a silk hat on a Bradford millionaire.) மூர்க்கமாக அடியறுக்கிறார். நாம் இத்தொடரின் இரண்டாம் பகுதியில் எதிர்கொண்ட கெரோண்டியனின் விமர்சன முகமே டைரீசியஸ், என்ன ஆர்வத்தையும் உணர்வையும் விலக்கும் நுட்பமான பற்றின்மை

இவரிடத்தே சற்றுக் கூடுதலாக அமைந்திருக்கிறது, அவ்வளவுதான்.

ஆனால் விமர்சனக் குரல் தன் உச்சாணிக் கிளையிலிருந்து சற்றுக் கீழே இறங்கி கலவிக்குப் பிந்தைய தருணத்தை, பெண்ணின் கை "தன்னுணர்வின்றி தலைமுடியைக் கோதிக்கொள்வதை" விவரிக்கையில் கவிதையின் தொனி மாறுகிறது. குரல் இப்போது டைரீசியஸ்சின் குரலாக அல்லாது தனிப்பட்டதை அவர் பொதுமைப்படுத்துவதை அவதானிக்கும் மற்றொருவரின் குரலாக; "*This music crept by me upon the waters*" சற்றுமுன் நாம் கவிதையில் சந்தித்த ஃபெர்டினாண்டின் குரலாக அல்லாது ஷேக்ஸ்பியரின் டெம்பஸ்டில் வரும் ஃபெர்டினாண்டின் குரலில் ஒலிக்கிறது. ஈவிரக்கமற்ற டைரீசியஸின் "*unreal city*" இப்போது சற்றே உணர்வூட்டப் பட்டதாக உணரப்படுகிறது ("*O City, city*"). அதில் இப்போது "நிஜ" மீனவர்கள் மதியத்தில் பொழுதைப் போக்கிக் கொண்டிருக்கிறார்கள். ஊல்நத்தின் புனித மேரி ஆலயத்தில் காலத்தின் பொருண்மைக் கடப்பை வெறுமையாக ஒலிக்கும் மணியோசைக்கு மாறாக (*dead sound*) இப்போது மாக்னஸ் மார்டிர் ஆலயச் சுவர்கள் "விவரித்து விளக்கமுடியா அயோனியன் வெண்மையிலும் தங்கத்தாலானதொரு பொலிவிலும்" மிளிர்கிறது (*Inexplicable splendor of Ionian white and gold*).

கவிதையின் தாளகதி இப்போது உணர்வால் வலியுறுத்தப் படுகின்றது, வாழ்ந்த அனுபவத்தால் விரைவுபடுத்தப்படுகின்றது. புலனுணர்வால் அறியப்படும் காட்சிகள் நிரம்பிய தெம்ஸ் மகளிரின் மூன்று பாடல்கள் (வியர்க்கும் நதி... அலையின் அடிப்பில் அசையும் தோணி, பாய்மரத்தின் செஞ்சீலை, நதியின் துரித அலைகளின் மீது பொன் சிவப்பாகத் தகிக்கும் படகு இத்யாதி) இலக்கிய மற்றும் வரலாற்றுக் கடந்தகாலங்களை நிகழுடன் பிணைத்து, பேச்சுமொழியின் தாளங்களைக் கொண்டு சமகாலத்தன்மையைத் தருவித்துக் கொள்கின்றன. ஒவ்வொரு பாடலையும் முடித்து வைக்கும், வாக்னரின் ரைனெடோக்டரிலிருந்து (*Rheinetochter*) வரும் "*Weialala leia/ Wallala leialala*" விளிப்பு இறுதியில் உணர்வின் நேரடிச் சந்தமாக (நேர்மறையில் பொருளற்றதாக இருப்பதாலேயே பல உணர்வுச் சாயங்கள் கொண்டு பொருள்படும்) எளிமையான

la la வாக சுருக்கப்படுகிறது. மூன்றாம பகுதியின் நீர்மை இப்போது இப்புதிய உணர்திறத்தால் தீயின் வெம்மையாக உருமாற்றப்படுகிறது. மூன்றாம் பாடல் குழப்பநிலையை ஏற்றுக் கொள்ளும் நேர்மையான எளிமையுடன் "எதையும் எதனுடன் என்னால் இணைத்துப் பார்க்க முடியவில்லை" என்று கூறினாலும் மாக்னஸ் மார்டிர் ஆலயத்தை எரித்தொழித்த க்ரேட் லண்டன் தீயையும், புனரமைக்கப்பட்ட அதன் தங்கத்தாலான அயோனிய ஜொலிப்பையும், சீக்ஃபிரீட், ப்ரூன்ஹில்டா சிதையின் ஈமத்தீயிலிருந்து ரைனெடோக்டர்கள் மீட்டெடுக்கும் தங்கத்தையும், புத்தரின் அக்னிப் பிரசங்கத்தையும் (கண்கள் எரிகின்றன, புலன்கள் எரிகின்றன, எண்ணங்கள் எரிகின்றன. காமத்தின் நெருப்பில் அனைத்தும் எரிகின்றன) புனித அகஸ்டீனின் "புனிதமற்ற அன்புகளின் கொப்பரையையும்" இறுதி வரிகள் இணைக்கின்றன. கெரோண்டியன், டைரீசியஸ் போன்றோரின் மூர்க்கமான சார்பின்மையைக் கடந்து, பெருங்காதல் விழைவுகளின் தோல்வியையும், மரணத்தின் "நிலைத்த நித்தியத்தையும்" ஒருங்கே ஏற்றுக்கொள்ளும் பக்குவத்திற்குக் கவிதையை இவ்வரிகள் இட்டுச் செல்கின்றன. இறுதியில் கவிஞரின் குரலே அகஸ்தீனுடன் சேர்ந்து துன்பத்தீயின் சுத்திகரிக்கும் நற்பண்புகளை ஓதுகிறது.

O Lord Thou pluckest me out
O Lord Thou pluckest
burning

ஓ தேவனே தாங்கள் பறித்தெடுத்தீர்கள் என்னை
ஓ தேவனே தாங்கள் பறித்தெடுத்தீர்கள்
எரிந்துகொண்டிருக்கையில்

***

Fire Sermon-இன் ஆரம்பம் ஓஃபீலியாவின் நீர்வழி மரணத்தின் எதிரொலிகளை உடனழைத்து வந்ததென்றால் அதன் முடிவு நம்மை ஃபினீஷனான ஃப்லீபஸ்சின் மூழ்குதலுக்கு நம்மை அழைத்துச் செல்கிறது. இரண்டாம் பகுதியின் மேடம் சோசோஸ்ட்ரிஸின் எச்சரிக்கையில் (நீரில்

கண்டம் ஜாக்கிரதை) மட்டுமல்ல Dans le Restaurant என்ற முந்தைய கவிதையின் முடிவிலும் இவரைக் குறித்த முன்னறிவிப்புகளை நாம் எதிர்கொண்டிருக்கிறோம்:

Phlebas the Phoenician, a fortnight drowned,
Forgot the cries of gulls and the Cornish surge,
The cargo of tin and the profit and the loss;
A current undersea carried him down
Through all the stages of his former life...

ஃபினீஷன் ஃப்லீபஸ் பதினைந்து நாட்களாயிற்று அவன் மூழ்கி.
கடற்பறவைகளின் கறைதல், கார்னிஷ் கடலின் இறைச்சல்,
தகரச் சரக்கு, லாப நஷ்டம் அனைத்தையும் அவன் மறந்துவிட்டான்.
ஆழ்கடலின் நீரோட்டம் அவனை இழுத்துச் செல்கிறது கீழே
அவனது முந்தைய வாழ்வின் அனைத்து காலகட்டங்களினூடே

இது பாழ்நிலத்தின் நுட்பமான இசையில் இவ்வாறு மாறுகிறது:

Phlebas the Phoenician, a fortnight dead,
Forgot the cry of gulls, and the deep sea swell
And the profit and loss.
A current under sea
Picked his bones in whispers. As he rose and fell
He passed the stages of his age and youth
Entering the whirlpool...

ஃபினீஷன் ஃப்லீபஸ் பதினைந்து நாட்களாயிற்று அவன் இறந்து.
கடற்பறவைகளின் கறைதல், ஆழ்கடலின் எழுச்சி,
லாபநஷ்டம் அனைத்தையுமே அவன் மறந்துவிட்டான்.
கடலாழ்த்தில் நீரோட்டமொன்று
குசுகுசுப்புகளில் அரிக்கிறது அவன் எலும்புகளை. எழும்பி வீழ்கையில்
அவனது வாலிப வயோதிக காலகட்டங்களைக் கடந்து சென்று
நீர்சுழற்சிக்குள் புகுந்தான்..

வேஸ்ட் லாண்டில் இன்னமும் தாவர இனப்பெருக்கச் சடங்குகளின் எச்சங்களைத் தேடுபவர்களில் ஒருவராக நீங்கள் இருந்தால், ஃப்லீபஸ்சை மூழ்கிய கடவுளின் பிரதிநிதியாக எடுத்துக் கொள்ளலாம். இந்த ஒரு வித்தியாசத்துடன்: அவர் மரணம் செறிவான வினோதமைக்கு உருமாற்றப் படவில்லை. கவிதையின் ஆதாரங்களை மட்டுமே கொண்டு அவரை அணுகினோமானால் வேஸ்ட் லாண்டின் தோல்வியுறும் முட்டுச்சந்து ஆளுமைகளின் கரைதலாகவும், கடல் நோக்கிச் செல்லும் அக்னிப் பிரசங்கத்தின் பயணத்தின் நெடுகே ஓடிய சிற்றின்ப நதியின் இயற்கையான முடிவாகவும்தான் அவரை அர்த்தப்படுத்தியாக வேண்டும். நீர்ச்சுழலில் அவர் ஏறி இறங்குவதை அடுத்துவரும் வீண் பிறப்பு-இறப்புச் சக்கரத்தைச் சுட்டும் சுக்கானின் சுழற்சிக்கான *(O you who turn the wheel)* முன்னோட்டமாகவும் கெரோண்டியன் போன்றதொரு வாசகர் வாசிக்கலாம். ஆனால் நீரோட்டம் அவர் எலும்புகளைக் குசுகுசுப்பாக அரித்தது *(picked his bones in whispers)* என்ற வரி அதைக் காட்டிலும் நுட்பமான வாசிப்பைக் கோருகிறது. அதன் தாக்கத்தில், அவரது நீர்மையான வீழ்ச்சியை அவதானித்திருக்கும் வாசகனுக்கு பவுண்டின் காண்டோவில் வரும் "*coral face under wave-tinge / rose-paleness under water-shift*" போன்றதொரு படிமமும் அந்நீரிலிருந்து எழும்பி வரலாம்.

***

நான்காம் பகுதியின் ஃப்லீபஸ்சின் மூழ்குதலில் உட்கிடையாக ஓர் விடுவித்தலுக்கான சாத்தியமும் பொதிந்திருக்கிறது. இறப்பின்மை அளிக்கும் விடுவித்தல் அல்ல, துன்பத்தை ஏற்றுக் கொள்வதிலிருந்து கிடைக்கும் ஒருவகையான விடுதலை என்று அர்த்தப்படுத்திக் கொள்ளலாம். ஐந்தாம் பகுதியின் "*We who were living are now dying*" வரி ஃப்லீபஸ்சின் வரியாகவும் இருந்திருக்கலாம் அவனுக்குத் தரிசிப்பதற்கான பக்குவம் இருந்திருந்தால். *What the Thunder Said* பகுதியின் முதல் சரணம், இசையின் உள்தர்க்கத்தால் ஈட்டப்படும் கவித்துவ ஒருங்கிணைப்பிற்கான வியக்கத்தக்க உதாரணம். கிறிஸ்து கெத்செமனீ தோட்டத்தில் கைது செய்யபட்டதையும்

கொல்கொத்தாவில் சிலுவையில் அறையப்பட்டதையும், கான்ராடின் Heart of Darkness நாவலின் நாயகன் குர்ட்ஸின் மரணத்தையும் ஒருங்கே நினைவுறுத்தும் வரிகளின் பரிபூர்ண இருபொருட்தன்மை நிச்சயமாகக் கலையின் உழைப்பால் செப்பனிட்டு அடையப்பட்டதுதான். ஆனால் வியர்வை, உறைபனி, தோட்டம், நிசப்தம், கற்கள் நிறைந்த இடங்கள், கூச்சல், அழுகை போன்றவை கவிதையில் நாம் ஏற்கனவே எதிர்கொண்டவற்றிற்கு இயல்பாகவே நம்மை இட்டுச் செல்கின்றன. எனவேதான் சரணத்தின் முதல் மூன்று வரிகளைத் தொடங்கி வைக்கும் அந்த மூன்று "After"கள். ஆச்சரியமான மெல்லுணர்வை அவை தூண்டுகின்றன, ஏதோ பாலைவனத்து தீர்க்கதரிசி, டைரீயாஸ், ஃபெர்டினாண்ட் போன்றோரின் கடும் சார்பற்ற புறநிலைப்படுத்தல்களுக்குப் பிறகு கவிதையின் குரல் அனுபவத்தின் உணர்வுத்தளத்திலிருந்து ஒருவழியாக இயல்பாக பேச முற்படுவது போல்...

After the torchlight red on sweaty faces
After the frosty silence in the gardens
After the agony in stony places
The shouting and the crying
Prison and palace and reverberation
Of thunder of spring over distant mountains
He who was living is now dead
We who were living are now dying
With a little patience

வேர்த்த முகங்களின் தீவெட்டிச் சிகப்பிற்குப் பின்
தோட்டக்களின் உறைந்த மௌனத்திற்குப் பின்
கற்கள் நிறைந்த இடங்களின் வேதனைக்குப் பின்
கதறலும் ஓலமும்
சிறைச்சாலையும் அரண்மனையும் தூரத்து மலைகளில்
வசந்தத்தின் இடிமுழக்கமும்
வாழ்ந்து கொண்டிருந்தவன் இப்போது இறந்துவிட்டான்

வாழ்ந்து கொண்டிருக்கும் நாமோ இப்போது இறந்து கொண்டிருக்கிறோம். சிறிது பொறுமையுடன்.

சிறிது பொறுமையுடன் இறப்பதென்பது மரணத்தை ஏற்றுக்கொள்வதாகவும், ஒரு விதத்தில் அவதியளிக்கும் அந்த ஞானத்திற்கான விழைவையும் சுட்டுகிறது, ஏனெனில் மரணத்தின் அறுதித்தனத்தை மறுக்காது, அதைக் கடக்க வழிகாட்டும் சுத்திகரிக்கும் நெருப்பாகவும் அது இருக்கலாம் என்பதால். விஜய் நம்பீசன் மற்றும் ஜீத் தாயிலின் முதல் கவிதைத் தொகுப்பான Gemini I புத்தகத்திலிருந்த சுவாமி விவேகானந்தரின் மேற்கோள் இன்னமும் நினைவிலிருக்கிறது "It is a mistake to hold that with all men pleasure is the motive. Quite as many are born to seek after pain."

அடுத்த டஜன் வரிகளின் குரல் முதற்பகுதியின் பாலைவனத்துத் தீர்க்கதரிசியின் குரலை நினைவூட்டினாலும் அதன் தொனி வேறுபட்டிருக்கிறது. "எவ்வேர்கள் பற்றி, எக்கிளைகள் வளர்கின்றன / கற்கள் நிறைந்த இக்குப்பையிலிருந்து? மனுபுத்திரனே / உன்னால் கூற முடியாது" என்பது துன்பத்தை அவதானிப்பவரின் பார்வையிலிருந்து பாடப்படுகிறது. தொனியைச் சிந்தனையின் தளத்திலிருந்து புரிந்துணர்விற்கும் (தெம்ஸ் மகளிர் பாட்டில் நிகழ்ந்ததைப் போல்) அங்கிருந்து உணர்விற்கும் படிப்படியாக உருமாற்றுவதே பாழ்நிலத்தின் மகத்துவம், அதன் அடிப்படை தரிசனமும்கூட. வாழ்க்கையெனும் பாறையிலிருந்து நீரை வரவழைக்கும் மோஸேயின் கோலிற்காகக் காத்திருக்கும் ஓர் வெளியையே இப்பகுதியின் வரிகளும் விவரிக்கின்றன. மோஸே வராதது துன்பத்தைக் கூர்மைப்படுத்தினாலும் அதை ஏற்றுக்கொள்ளும் பக்குவமும் உடனிருப்பதை நாம் உணர்கிறோம். மீண்டும் மீண்டும் ஒலிக்கும் வார்த்தைகளைக் கொண்டு துன்பத்தின் உடனடித்தன்மையையும் தொடர்ச்சியையும் இவ்வரிகள் பாடுகின்றன. நமக்கிது, துன்பமே தன் இருப்பைப் பாட்டாகப் பாடுவது போல் ஒலிக்கிறது.

Sweat is dry and feet are in the sand
If there were only water amongst the rock

காய்ந்த வியர்வை, மனல்மூடிய பாதம்
பாறைகளுக்கு நடுவே நீர் மட்டும் இருந்தால்

என்பது பாலைவனத்தில் "பொருண்மையாக" தொலைந்திருப்பவனின் வார்த்தைகளாகவே இருக்கலாம். ஆன்மீகப் பாழ்நிலத்தின் மாயத்தோற்றமும் பொய்மையும் இப்போது உண்மையில் உணரப்பட்டதாக நமக்களிக்கப்படுகிறது. உணர்வு இசையை வழிநடத்துவதால் கவிதை அதன் புத்திசாலித்தனங்களைத் துறந்து இழப்பின் மையத்திற்கு நம்மை அழைத்துச் செல்கிறது. குறுகிய ஸ்டக்காட்டோ வரிகளின் கூர்மையான நிதர்சனம் கவிதையைப் பெரும்பாலும் முன்னெடுத்துச் சென்றாலும் பரிதாபமான அப்பழைய ஏக்கமும் அவ்வப்போது நீண்ட வரிகளைக் கொண்டு தலையை உயர்த்துகிறது.

And no rock
If there were rock
And also water
And water
A spring
A pool among the rock
If there were the sound of water only

பாறையில்லை.
பாறை மட்டும் இருக்குமானால்
அதனுடன் நீரும்
நீர்
சுனை
பாறைக்கு நடுவே குளம்.
நீரின் சலசலப்பு மட்டும் கேட்குமானால்.

உணர்வே சந்தமாக வெளிப்படும்வரை இது தொடர்கிறது. அவ்வெளிப்பாட்டில் விழையப்படும் நீரைத் தோற்றமயக்கத்தில்

கண்டு அதை ஓடும் நீரின் தெள்ளத்தெளிவுடன் கவிதை எளிமையாக உரைக்கிறது:

Drip drop drip drop drop drop drop
But there is no water

சொட்டுச் சொட்டாய் சொட்டுச் சொட்டாய் சொட்டு சொட்டு சொட்டு
ஆனால் நீரில்லை.

"நீர் மட்டும் இருந்திருந்தால், ஆனால் நீரோ இல்லை, சற்றே பொறுமை காக்க" இதுவே பாழ்நிலத்தின் இலக்கு வாசகமாக இருக்கலாம்.

அடுத்துவரும் சரணத்தில் "உன்னுடன் நடக்கும் அம்மூன்றாவது நபர் யார்?" என்று கேட்பது உணர்ச்சிகளற்று புறநிலைப்படுத்தும் அப்பழைய விழிப்புணர்வு போலிருந்தாலும் இது நீரின்மையை நிதர்சனமாக அர்த்தப்படுத்திக் கொண்டதால் குழம்பித் தத்தளித்து உண்மையிலேயே மற்றொரு இருப்பை உணரும் புதிய விழிப்புணர்வின் அறிவிப்பே. எனினும், பல்வேறு பொருட்படுத்தல்களுக்கு எப்போதுமே தன்னைத் திறந்து வைத்திருக்கும் *பாழ்நிலம்* கிரெயில் / புதைக்கப்பட்ட கடவுள் போன்ற வில்லைகளைக் கொண்டு கட்டமைக்கப்படும் இணையான பார்வைகளையும் (முக்காடணிந்த கிருஸ்து இத்யாதி) அனுமதிக்கிறது என்பதில் சந்தேகமில்லை. அடுத்த பத்தி முந்தைய பகுதிகளின் தரிசனங்களின் வரலாற்றுரீதியான, யதார்த்தமான மறுவிளக்கமே. இடிந்துவிழும் கோபுரங்கள் / நகரங்கள், பிறப்பிறப்புச் சக்கரம் போன்ற முற்பகுதிகளில் தனிப்பட்ட முறையில் தீவிரமாக உணரப்பட்டவை எல்லாம் வரலாறென்னும் பொதுத்தளத்திற்கு பெயர்க்கப்பட்டு இப்போது நாகரிகங்களின் எழுச்சியையும் வீழ்ச்சியையும் பிரதிபலிக்கின்றன. அடுத்துவரும் கருங்கேசப் பெண்ணும், தலைகீழ் வௌவால்களும் இக்கொடுர அவலப் பட்டியலை முடித்து வைக்கும் கோடாவே. மணிகளும், குரல்களும், நிலவொளியும் தொனியை மென்மைப்படுத்தி துன்பத்தில் ஆழ்ந்திருந்து பெறப்போகும் ஸ்திரத்தை முன்னறிவிக்கின்றன.

ஆம், கொடூரங்கள் நிரம்பிய உலகம்தான், ஆனால் "வறண்ட எலும்புகள் எவருக்கும் கேடு விளைவிக்காது" என்று கவிதை ஆசுவாசப்படுத்துவது போலிருக்கிறது. சொல்லிவைத்தாற் போல் சேவலும் அதை ஆமோதிக்கிறது:

Co co rico co co rico
In a flash of lightning. Then a damp gust
Bringing rain

கொக்கர கோ கொக்கர கோ
மின்னல் மின்ன, பலத்த வாடைக்காற்று
மழையைக் கொண்டு வந்தது

இது இடியின் குரலுக்கான ஒரு அறிமுகமாகவும் அமைகிறது. அதன் DA DA DA இப்பகுதின் முதல் மூன்று வரிகளில் கேட்ட மூன்று After-களுக்கான எதிர்வினையாகவும் இருக்கிறது. இப்போது உணர்தலை வழிகாட்டியாகக் கொண்டிருக்கும் செவிக்கும் கற்பனையில் அந்த DA DA DA அசுவாசப்படுத்தும் There There There ஆகவும் கேட்கிறது. வேதகாலம் வரையிலும் செல்லும் அம்மூன்று த-க்கள் ஈகை, அனுதாபம், கட்டுப்பாடு ஆகியவற்றை முறையே வலியுறுத்தும் தத்தம், தயத்வம், தம்யத்தம். இவ்வேத கட்டளைகளுக்கான எதிர்வினைகளைப் பொருட்படுத்துவதோ கடினமாகவும் சற்று தெளிவற்றதாகவும் இருக்கிறது, ஏனெனில் வாசகர்களாகிய நம்முள் உணர்வுகள் கவிதையால் எவ்வாறு ஒழுங்கமைக்கப் பட்டிருக்கின்றன என்பதைப் பொறுத்து அப்பொருட்படுத்தல் வேறுபடுகிறது. உணர்வின் வலியுறுத்தல் இவ்வரிகள் மீது விழுமாயின்:

The awful daring of a moment's surrender
Which an age of prudence can never retract

கணப்போது சரணாகதியின் அபாரமான துணிவை
யுகப்போது சமயோசித்தாலும் பின்வாங்க இயலாது

அத்தருணம் காமத்திற்கு அடிபணிவதாக் பொருட்படுகிறது. மாறாக, "*By this, and this only, we have existed*" என்ற வரியின் இசையே உங்களை நெகிழ்த்தியதென்றால் தோல்வியுற்றதென்றாலும் அவ்வேட்கையில் பொதிந்திருக்கும் உள்ளார்ந்த ஏதோவொன்றை அவ்வுணர்வு ஆமோதித்து ஊர்ஜிதப்படுத்துகிறது. காமூவின் அற்புதமான வரி நினைவிற்கு வருகிறது: "...ஏனெனில், காதலிக்கப்படாதது வெறும் துரதிர்ஷ்டம் மட்டுமே, ஆனால் காதலிக்காததென்பதோ கொடும் துர்பாக்கியம்."

அதேபோல், புரிந்துணர்ந்து அனுதாபப் படுவதற்கான விழைவை (தயை) துரோகிகள் என்ற வரையறுக்கப்பட்டு, சிறையிலிடப்பட்ட உகோலினோ மற்றும் கொரியோலானஸ்சுடன் தொடர்புறுத்திப் பார்க்கலாம். அவர்களின் சிறைவாசம் கவிதையின் ஆளுமைகள் அவர்கள் தனிமைகளில் சிறைப்பட்டிருப்பதைச் சுட்டி, அனுதாபத்தைக் காட்டவோ பெறவோ முடியாதவர்களாக அவர்கள் நிர்ப்பந்திக்கப் பட்டிருப்பதை நமக்கு உணர்த்தலாம். ஆனால்

Only at nightfall, aethereal rumours
Revive for a moment a broken Coriolanus

இரவு கவிழ்கையில்தான், விண்ணுலகு ஹேஷ்யங்கள்
மீட்டுத்தருகின்றன கணபோதிற்கேனும் மனமொடிந்த கோரியோலானசை

என்பது அதன் ஷேக்ஸ்பியரிய மறைசுட்டுதல்கள் வழியே சுயத்தின் சிறைச்சாலைக்கு அப்பாற்பட்ட ஒரு தொடர்பையும், கூட்டுறவையும் குறிக்கலாம். இது உண்மையெனில், ஹையாசிந்த் தோட்டத்துத் தருணத்தையும் தொடர்பிற்கான ஒரு சந்தர்ப்பமாகவும் எடுத்துக் கொள்ளலாம் அதன் ஆதர்சப்படுத்தலே நாயகனின் மனத்தைக் கெரோண்டியனைப் போல் "வறண்ட விஷயங்களைச் சிந்தித்து" வீணாகாமல் தடுக்கிறது.

கட்டுப்பாட்டிற்கான கோரிக்கை (உண்மையில் சுயகட்டுப்பாடே இங்கு கோரப்படுகிறது) இன்னும் நுணுக்கமானதொரு

எதிர்வினையை வெளிப்படுத்துகிறது. ஒருவகையில் இது இலக்கிய வரலாற்றிலேயே மிக அழகான பின்நோக்கும் “ஒருக்கால்”-கூட:

The boat responded
Gaily, to the hand expert with sail and oar
The sea was calm, your heart would have responded
Gaily, when invited, beating obedient
To controlling hands

பாய்மரம் விரித்த துடுப்பு வலித்த தேர்ந்த கரத்திற்குப்

படகு பதிலளித்தது குதூகலமாக

அமைதியான கடல், உன் நெஞ்சும் பதிலளித்திருக்கும்

குதூகலமாக, அழைக்கப்படுகையில், கீழ்பணிந்து அடித்திருக்கும்

கட்டுப்படுத்தும் கரங்களுக்கு ஏற்றபடி.

ஆனால் ஹையாசிந்த் தோட்டத்து நாயகனின் அன்பிற்குரியவளைக் கட்டுப்படுத்துவதையே இவ்வரிகள் பேசுகின்றன. அப்படியெனில் எம்மாதிரியான கட்டுப்பாடு இங்கு வலியுறுத்தப்படுகிறது? வேட்கையின் உச்சத்தில் அதைத் துறந்து, டைரீசியஸ் முன்தரிசித்து / முன்னனுபவித்த துயர்மிகு “பலவீனமான நரம்புகள்” நிலைக்குச் செல்லும் அதன் தவிர்க்கமுடியாத வீழ்ச்சியைத் தவிர்ப்பதற்கான தூண்டுதலா இது? அதாவது, அவன் காதல், தாந்தே பியாட்ரிஸ்சை விழைந்த அளவுக்கு ஆதர்சப்பட வேண்டுமென்றால் அவனது வேட்கை, மணவாழ்க்கை எனும் பாழடைந்த பரணில் முடியக்கூடாது என்பதையே இவ்வரிகள் மறைமுகமாக வலியுறுத்துகின்றனவா? ஆம் எனில், நாம் நிச்சயமாக இதை மறுதலிக்க வேண்டும், வெறுமென நேசித்து இழப்பதைவிட நேசித்து அந்நேசத்தில் வெற்றிபெற முயல்வதே சிறந்ததாக இருக்கக்கூடும் அல்லவா?

ஆனால் ஒரு விஷயத்தில் நாம் கவிதையோடு உடன்பட வேண்டும், அதன் நாயகன் நிச்சயமாக அவன் நிலங்களை ஒழுங்குபடுத்தி செப்பனிட வேண்டும் (set his lands in order).

ஆனால் அன்பை நிதர்சனத்தைக் காட்டிலும் ஆதர்சமானதொரு நிலையில் உயிர்த்தெழுப்புவதற்காக அதை இறக்க அனுமதிக்கும் மனநிலையைப் பராமரிப்பது கடினம். இதனால்தான் லண்டன் ப்ரிட்ஜ் வீழவிருக்கும் நிமித்தங்களுடன், வறண்ட சமவெளி பின்னே விரிந்துகிடக்கும் சூழலில் அவன் இன்னமும் மீன் பிடித்துக் கொண்டிருக்கிறான். ஆயினும், வறண்ட எண்ணங்களைக் காட்டிலும் மேலான ஏதோவொன்று ஈட்டப்பட்டு, இடிபடுகளுக்கு எதிராக இங்கு கரைசேர்க்கப்பட்டிருக்கிறது. இவை எவ்வாறு மேலும் வளர்ச்சியடைகின்றன என்பதைப் பார்க்க, பாழ்நிலத்தின் மகத்துவத்திற்குப்பின் வந்த மகத்தான கவிதைகளுக்காக நாம் காத்திருக்க வேண்டும். தனிப்பட்ட கவிஞரின் விழிப்புணர்வுக்கு அது பயனளிப்பதாகவே இருந்திருந்தாலும், பாழ்நிலத்தின் கண்டுபிடிப்புகளைக் கடுமையாக அந்நியப்படுத்தும் உலகில் சிக்கித்தவிக்கும் சராசரி மனிதனுக்கு நிச்சயமாகப் பொதுமைப்படுத்த முடியாது. அந்த அர்த்தத்தில் அதை நாம் ஒரு தோல்வியாகவே வரையறுக்க வேண்டும். எப்படி அதை மதிப்பிட்டாலும் அதன் குறிப்பிடும்படியான சாதனைகளுள் ஒன்றை மட்டும் கண்டிப்பாகப் புறந்தள்ள முடியாது. அது ஆங்கில ரொமாண்டிசத்திற்கு எதிராகக் கோடாரியை எடுத்து, அவ்வியக்கத்தை ஆழமாகப் புதைத்ததென்பதில் சந்தேகமில்லை. இத்தனைக்கும் எலியட் இயல்பாகவே மனதளவில் ஒரு ரொமாண்டிஸ்ட்தான் என்பதைக் கருத்தில் கொண்டால் இச்சாதனை எவ்வளவு அபாரமானது என்பதை நாம் உணர்ந்து கொள்வோம். அவரது அடுத்த கவிதையான Hollow Men-ஐ தொடங்குவைக்கும் மேற்கோளுடன் நாம் உடன்படுகிறோம்: 'Mistah Kurtz-he dead.'

- செப்டம்பர் 2022

வைக்கோல் மாந்தர்களும்
பேசா பிராட்டிகளும் :
பாழ்நிலத்துக்குப் பிந்தைய கவிதைகள்

வைக்கோல் மாந்தர்களும் பேசா பிராட்டிகளும் : பாழ்நிலத்துக்குப் பிந்தைய கவிதைகள்

1. ஹாலோ–மென்

எலியட்டின் சர்வதேசப் புகழும் The Waste Land கவிதையும் ஒன்றி இருப்பதால் "வாழ்க்கை குறித்த ஓர் தனிப்பட்ட முக்கியமற்ற பிலாக்கணத்திற்கான வடிகால்... வெறும் சந்தநயமான முணுமுணுப்பு" என்று அவர் அப்பெருங்கவிதையைப் பற்றிய பின்னோக்கிய மதிப்பீட்டொன்றில் கூறியது பலருக்கும் ஆச்சரியமளிக்கலாம். நவம்பர் 1922-லேயே அவர் ரிச்சர்ட் அட்லிங்டனுக்கு எழுதிய கடிதமொன்றில் வேஸ்ட் லாண்டைப் பொறுத்தவரையில் அது எனக்கு ஓர் நடந்து முடிந்த கதை மட்டுமே, புதிய வடிவத்தையும் பாணியையும் நோக்கி நான் தற்போது போய்க்கொண்டிருக்கிறேன்" என அவர் எழுதினார்.

அது எப்படியிருந்தாலும், வாசகர்களாகிய நாம் அவர் மதிப்பீட்டை ஏற்க வேண்டியதில்லை; த வேஸ்ட் லேண்டிற்கான நம் எதிர்வினைகள் எப்போதுமே சற்றுத் தெளிவற்றதாகவே இருக்காலாம், நாம் ஒரே சமயத்தில் அதை ஒரு தோல்வியாகவும் வெற்றியாகவும் பார்ப்பதால். ஹயாசிந்த் தோட்டத்தில் அது முன்வைத்த பிரச்சினைக்கு யதார்த்தமான தீர்வை அடையத் தவறியதாலேயே அது தோல்வியடைகிறது. ஆனால் கடினமாக ஈட்டப்பட்ட அதன் வெற்றிகள் மறுக்க முடியாதவை.

இங்கு நான், அறியாமலேயே அடிப்படை உணர்வை வழிநடத்தும் அதன் அபாரமான இசைத்திறனைப் பற்றிக் கூட நினைக்கவில்லை. ஒரு கவிஞராக, ஆன்மீகப் பாழ்மையின் குடுகுடுக்கும் எலும்புகளின் கொடூரத்தை நேருக்கு நேர்

எதிர்கொண்டு "வறண்ட எலும்புகளால் எவருக்கும் கேடு விளைவிக்க இயலாது" என்று உறுதியாக அவற்றிடம் கூற முடிந்ததே அவருக்கு முக்கியமான வெற்றியாக இருந்தது. அதனால்தான் அவரது அடுத்த கவிதையான ஹாலோ மென் (Hollow Men) அந்த உண்மையை ஏற்றுக்கொண்டு இந்த மேற்கோளுடன் தொடங்குகிறது: Mistah Kurtz he- dead. ஆனால் குர்ட்ஸோ அக்கவிதையின் மற்றொரு மேற்கோளில் வரும் கய் ஃபாக்ஸோ (A penny for the old Guy) "செயலாற்றி" அதன் மூலமாகச் சாபக்கேட்டைச் "சம்பாதிப்பதாலேயே" தோல்வியுற்றாலும் எலியட்டுக்குக் கவிதையின் முதல் வரிகளில் வரும் வெற்று மனிதர்கள், திணித்த மனிதர்களைவிட மேலானவர்களாக இருந்தார்கள். சாஸ்வதத்திற்கும் ஆச்சேரானின் (Acheron) நீரைக் கடந்தபடி எப்போதுமே நரகத்தைச் சென்றடையாது, குற்றம் புகழ் இரண்டையுமே வாழ்வில் தவிர்த்த இன்ஃபெர்னோ கவிதையின் மூன்றாவது காண்டத்தில் வரும் நபர்கள், அல்லது "வாழவும் செய்யாது சாகவும் செய்யாது" வாழ்வைக் கடத்தும் வேஸ்ட் லாண்டின் வறண்ட ஆளுமைகளின் மந்தமான நடுத்துவத்தைக் காட்டிலும் அச்சாபக்கேடே மேலானது என்றவர் கருதினார்.

Hollow Men-ஐப் படிக்கும் வாசகர் எதிர்கொள்ளும் பிரச்சினை என்னவென்றால் கவிதை நெடுகிலும் திகிலூட்டி, அச்சுறுத்தி, தோன்றி மறைந்து, மங்கும் அக்கண்களை அர்த்தப்படுத்துவதற்கான பின்னணி அவருக்கு அளிக்கப்பட வில்லை என்பதே. பாழ்நிலத்தில் நிஜ வாழ்வனுபவத்தின் ஒரு கீற்றாவது நமக்கு அளிக்கப்பட்டது - ஹையாசிந்த் தோட்டத்தில் நடந்த சம்பவம், மோசமான நரம்புகள் உரையாடல், தட்டச்சர்-கிளார்க் எபிசோட், தேம்ஸ் மகளிர் எபிசோடுகள் இப்படி... அவற்றுடன் நாம் கவிதை மறைவாகச் சுட்டும் இலக்கிய, வரலாற்று விவரங்களுடன் இணைத்து அவற்றைச் சூழ்ந்திருக்கும் விமர்சன தரிசனங்களை அர்த்தப்படுத்திக் கொள்ளலாம். இங்கோ ஆன்மீக மலட்டுத்தனத்தின் நாடகமாக்கல் பிரமையில் கண்டெடுக்கப்பட்ட ஒரு மாயத்தோற்றமாக, முற்றிலும் நேரடியாக அளிக்கப்படாமல், விடுபடுதல்களுடன் அளிக்கப்படுகிறது. ஹாலோ மென் வெளியீட்டு வரலாற்றின் அனைத்து முன்னோடி விவரங்களையும் (டோரிஸின் கனவுப்

பாடல்கள், ஓஃபீரியன் பாடல்கள் மற்றும் பல) வாசகர் சேகரிக்க முடிந்தாலும் ஒரு ஒத்திசைக்கும் சரிதைக் கதையாடலை (நிஜமோ / புனைவோ) கவிதையுடன் இணைத்து அவ்விடுபடல்களை நிரப்ப வாசகருக்குக் கடினமாகவே இருக்கிறது. ஒரு ப்ரிகோலாஜைப் (bricolage) போல் அளிக்கப்பட்டிருக்கும் கவிதையின் இறுதிவடிவத்தை அதன் மேற்கோள்கள், உட்குறிப்புகளைக் கொண்டு அவர் ஓரளவிற்கு ஒருங்கிணையும் பார்வையைக் கட்டமைத்துக்கொள்ள வேண்டும்.

சந்தேகமின்றி, மீண்டும் மீண்டும் வரும் கண்களே கவிதையின் புதிர்களை அவிழ்ப்பதற்கான ஒரு திறவுகோலாகும். பாழ்நிலத்தின் ஹையாசிந்த் தோட்டத்தில் "பார்வை தவறியதை" நாம் நினைவுகூர்கிறோம். அக்கவிதையில் விழைவின் மரணம் விழைபொருளின் ஆதர்சமாக்கலாக உருமாற்றப்படுகிறது; அதைக்காட்டிலும் உயர்வான ஒன்றை எட்டுவதற்கு அதன் இழப்பு தேவைப்படுகிறது என்பதுபோல். கன்னி மேரி வழிபாட்டுமுறைக்கு (நான்காம் பாகத்தின் நிரந்தர நட்சத்திரம், மல்டிஃபோலியேட் ரோஸ்) தாந்தே அவரை ஆதர்சப்படுத்துவதற்கு முன்பே பியட்ரிஸ் இறந்துவிட்டார், ஆனால் ஹையாசிந்த் தோட்டத்துப் பெண்ணோ இன்னும் உயிருடன், இன்னும் காத்திருந்தபடி, காதல் துறப்பால் வஞ்சிக்கப்பட்டதை இன்னமும் வருந்திக் கொண்டிருக்கிறார். துரோகம் செய்யப்பட்டு பின்னர் ஆதர்சப்படுத்தப்பட்ட மற்றவர்களின் அசலான துன்பங்களை அப்பட்டமாக உணர்ந்துகொள்வது கவிஞரின் ஆளுமையில் ஒரு புதிய உணர்வை அறிமுகப்படுத்துகிறது. இவ்வுணர்வு இயல்பாகவே உடனழைத்துவரும் குற்றவுணர்வைத் தணிப்பது கடினமாகவே இருக்கிறது. ஆகவேதான் இரண்டாம் பாகத்தின் ஆரம்ப வரிகளின் தயக்கமும், தவிர்த்தலும்:

Eyes I dare not meet in dreams
In death's dream kingdom
...
Let me also wear

Such deliberate disguises
Rat's coat, crowskin, crossed staves
In a field
Behaving as the wind behaves
No nearer-

சாவின் கனவு ராஜ்யத்தில்
கனவுகளில்கூட நான் சந்திக்கத் துணிந்திடா கண்கள்
...
நானும் அணிந்து கொள்கிறேன்
இத்தகைய திட்டமிட்ட மாறுவேடங்களை
எலிரோமம், காக்கைச்சருமம், குருசுக் கட்டைகள்
காற்றிற்கேறப் நடந்து கொள்கின்றன
ஒரு புலத்தில்
அருகே வராமல்

டிவைன் காமெடியில், பியட்ரிஸ் சொர்க்கத்திலிருந்து இறங்கி, சொர்க்கத்திற்குள் நுழைவதற்கு முன் ஆத்மா பரிசுத்தப் படுத்தப்படும் இடமான பர்கேட்டரி மலையில் தாந்தேவைச் சந்திக்கும்போது பியட்ரிஸ்சின் கண்கள் தாந்தே இழைத்த துரோகத்திற்காக அவரைக் கண்டிக்கின்றன. குற்றம்சாட்டும் அக்கண்கள் அபாரமாக பிரமிக்கச்செய்யும் வகையில் உருமாற்றப்பட்டுச் சொர்க்கத்தின் தரிசனத்தை தாந்தேயிற்கு அளிப்பதற்குமுன் குற்றவுணர்வெனும் கடப்புச் சடங்கை ஏற்கவேண்டியிருக்கிறது. வாழ்நாள் முழுதும் தாந்தேமீது கொண்டிருந்த பற்றிலிருந்து எலியட் கடைந்தெடுத்ததை அவர் வார்த்தைகளிலே சுருக்கிக் கூற வேண்டுமானால்: "மனித அன்பு என்பது அதைக்காட்டிலும் உயர்ந்த அன்பினால் மட்டுமே விளக்கப்பட்டு நியாயப்படுத்தப்படுகிறது, இல்லையெனில் அது வெறும் விலங்குகளின் எளிய புணர்ச்சிக்கு சமம்." உணர்வுகளுக்குக் "கட்டமைப்பையும் வரையறையையும்" அளிக்க தாந்தேயின் "உணர்திறன் ஒழுங்கமைப்பு" முறைமை எலியட்டிற்கு முக்கியமானதாக இருந்தது. இதுவே கவிதையை ஐந்து இராஜ்ஜியங்களாகப்

பிரிக்கிறது: இழந்த இராஜ்ஜியங்களின் உடைந்த தாடை, மரணத்தின் கனவு இராஜ்யம், மரணத்தின் அந்தி இராஜ்யம், மரணத்தின் "மற்ற இராஜ்யம்" மற்றும் "இராஜ்யம் உம்முடையதே" என்று பிரார்த்தனையில் உணர்ந்து அடையப்படும் அறுதியான பேரின்ப ராஜ்யம்.

வேஸ்ட் லாண்டில் விழைவின் தோல்வியைக் குறித்த சிந்தனை இருந்தது. அதன் விமர்சனப் பார்வை கொடூரமான பாழ்நிலங்களைத் தருவித்துக் கொண்டபின், அவற்றை ஏற்று அத்தோல்வியைக் கடப்புச் சடங்காக ஆதர்சப்படுத்துவதால் தனிப்பட்ட ஓர் சுயத்திற்கான முழுதாக இல்லையென்றாலும் ஓரளவிற்கேனும் ஒருவிதமான விடுதலையை ஈட்டுகிறது. இங்கும்கூட கொடூரங்கள் நேரடியாகவே எதிர்கொள்ளப் படுகின்றன:

This is the dead land
this is cactus land
Here the stone images
Are raised...

இது இறந்த நிலம்.
இது கற்றாழை நிலம்.
இங்கு கற்சிலைகள்
எழுப்பப்படுகின்றன.

இங்கும் அவை எளிமையாக ஏற்கப்படுகின்றன, *The eyes are not here / There are no eyes* என்பது பாழ்நிலத்தின் "*But there is no water*" வரியின் மறுமொழிதலே. உணர்வின்மையைக் குறித்த விமர்சனமும் அவ்வின்மையின் ஆதர்சப்படுத்தலும் இக்கவிதையிலும் காணக் கிடைக்கின்றன:

Lips that would kiss
Form prayers to broken stone

முத்தமிடக்கூடிய உதடுகள்
உடைந்த கல்லிற்கு வேண்டுதல் விடுக்கின்றன

முந்தைய கவிதைகளின் அனுபவத்தைக் குறித்த அவதானிப்புகளிலும் அதன் ஆதர்சப்படுத்தல்களிலும் எலியட் அவர் கட்டுரைகளில் வலியுறுத்திய "சமயம் சார்ந்த புரிந்துணர்வு" வெளிப்படவில்லை. ஹாலோ மென் காலகட்டத்திலிருந்து எலியட்டின் கவிதை அவ்வுணர்வை இறைமையால் வழிநடத்தப்படும் ஒழுங்குடனும், நிரந்தர நட்சத்திரத்துடனும், பல்லிலைகளைக் கொண்ட (மல்டிஃபோலியேட்) ரோசுடனும் இணைக்க முயலும். அதாவது, கவிதை என்பது நிதர்சனத்தைக் காட்டிலும் மேலானதொரு மெய்மையை அடைவதற்கான ஒரு உத்தி என்பதுபோல்.

நம் பக்திக் கவிஞர்கள் பல நூற்றாண்டுகளுக்கு முன்பே இதைச் செய்து பார்த்திருக்கிறார்கள் என்பதை இங்குக் குறிப்பிட்டாக வேண்டும். அவர்களுக்கு முன் வந்த காதல் கவிதை மரபை முழுவதையுமே குறியீடாகப் பயன்படுத்தி அதைக்கொண்டு பக்தியெனும் உயர்வான உணர்வொழுங்கை அவர்கள் சுட்டினார்கள். எனவேதான்,

மடவமன்ற, தடவு நிலைக் கொன்றை—
கல் பிறங்கு அத்தம் சென்றோர் கூறிய
பருவம் வாராஅளவை, நெரிதரக்
கொம்பு சேர் கொடி இணர் ஊழ்த்த,
வம்ப மாரியைக் கார் என மதித்தே

என்ற குறுந்தொகையின் 66-வது பாடல்

மலர்ந்தே ஒழிந்தில மாலையும் மாலைப் பொன் வாசிகையும்
தோய் தழைப் பந்தர் தண்டு உற நாற்றி பொரு கடல் சூழ்
தாவிய எம் பெருமான் தனது வைகுந்தம் அன்னாய்
கலந்தார் வரவு எதிர் கொண்டு வன் கொன்றைகள் கார்த்தனவே
என்ற திருவிருத்தத்தின் 68—வது பாடலாக உருமாறுகிறது.

ஆனால் *Hollow Men* இப்புதிய உணர்வொழுங்கின் விதைகளை விதைக்க மட்டுமே செய்கிறது. எலியட்டின்

பிற்காலக் கவிதைகளே அவ்விதைகளிலிருந்து உயிர்த்தெழும் பயிரை அறுவடை செய்யும். அதற்குத் தேவையான முழுமையான கவிதையொழுங்கு இன்னும் உருவாக்கப்பட வில்லை. எனவேதான் அப்பிரார்த்தனையின் உடைசல் உணர்வு, எனவேதான் அப்பிரார்த்தனை கம்பீரமாக முழங்கப்படாமல் சன்னமாகத் தேம்பப்படுகிறது:

For Thine is
Life is
For thine is the
This is the way the way the world ends
This is the way the way the world ends
This is the way the way the world ends
Not with a bang but a whimper.

ஏனெனில் தங்களுடையதே ராஜ்யம்
ஏனெனில் தங்களுடையதே
வாழ்க்கை
ஏனெனில் தங்களுடையதே
இதுவே வழி உலகம் அழியும் வழி
இதுவே வழி உலகம் அழியும் வழி
இதுவே வழி உலகம் அழியும் வழி
வெடிமுழக்கத்தோடல்ல, சன்னமான சிணுங்கலுடன்.

2. ஆஷ்–வெட்னெஸ்டே

தனது பாழ்நிலத்தின் வெறுமையிலிருந்துத் தப்பி வெளியே வருவதற்கான ஓர் வழியாக "religious comprehension" எனும் இம்மதம் சார்ந்த புரிதலுக்குத் "திரும்புவதை" தன் அடுத்த பெருங்கவிதையான திருநீற்றுப் புதனில் எலியட் முயன்று பார்த்தார். ஆகமத்தின் பழைய ஏற்பாடு, கத்தோலிக்கப் பொது வழிபாட்டுமுறை மற்றும் கிறிஸ்தவக் கவிதைப் பாரம்பரியம் (குறிப்பாக எலியட் "கத்தோலிக்க விரக்தியின் தத்துவம்" என்று வரையறுத்த) தாந்தேயின் வீட்டா நுவாவா – Vita Nuova இவற்றுடன் பின்புலமற்ற தனிப்பட்ட அனுபவங்களும்,

கிறித்துவ இறையியலும் இணைக்கப்படுவதால் கவிதை குறிப்பிடும் வகையில் கடினமாக உள்ளது.

கவிதை எப்போதும் மாறியபடியே, அதன் துருவங்ளை நெருங்கியும் விலகியும், அதாவது புலனினின்பம் அல்லது அதன் துறத்தலின் வழியே கடவுளின் சித்தத்தை ஏற்றுக்கொள்தல், விழைவு அல்லது நம்பிக்கை என்ற துருவங்களுக்கிடையே ஊசலாடியபடி அதன் உரைப்போனை ஒரு விதமான இறுக்கத்தில் வைத்திருக்கிறது. ஆரம்ப வரிகள் turn என்ற கவிதையிலும் வாழ்க்கையிலும் திருப்பத்தைக் குறிக்கும் சொல்லுடன் தொடங்குவது க்வீடோ காவல்காண்டியின் பலாட்டா கவிதையின் பிரசித்தி பெற்ற ஆரம்ப வரிகளை நினைவுறுத்துகிறது. "Because I hope not ever to return" என்று தொடங்கும் அவ்வரிகளில் அன்பிற்குரியவளை எப்போதும் போற்றுவதாக அவளுக்கு உறுதிமொழி அளிக்கும் வழியில் க்வீடோ தன் ஆன்மாவைக் கவிதையில் தூதுவராக அனுப்புகிறார். ஆஷ்-வெட்னெஸ்டே கவிதையின் பிந்தைய பகுதிகளின் தலைப்புகள்: Salutation, Som De L'Escalina (படிக்கட்டின் உச்சத்தில்), Vestita di Color di Fiamma (சுடர் நிறத்தில் ஆடையணிந்து...) க்வீடோவைப் போன்ற முன்னோடிகளுக்குக் கவிதை கடன்பட்டிருப்பதை வெளிப்படையாகவே சுட்டுகின்றன.

கடவுளின் பக்கம் "திரும்புவதற்காக" பியட்ரிஸ் குறித்த தன் காதலை ஆதர்சப்படுத்தி பூமியில் அக்காதலின் வெற்றிக்கான நம்பிக்கையைத் துறக்கும் தாந்தேவைப் போல் அல்லாது க்வீடோவிற்குக் கடப்பிற்கான ஆழ்நிலை அபிலாஷைகளேதும் இல்லாததால் அவரது காதல் உலகில் உறுதியாக வேரூன்றி நிற்கிறது. தொடக்க வரிகள் லான்சலாட் ஆண்ட்ரூஸ் பதினேழாம் நூற்றாண்டில் பிரசங்கித்த புகழ்பெற்ற ஆஷ்-வெட்னஸ்டே பிரசங்கத்தையும் மறைமுகமாகச் சுட்டுகின்றன. பருவங்களை நன்கறிந்த உயிரினங்களெல்லாம (மனிதன் விதிவிலக்கு) தக்க பருவத்தில் திரும்பி வருவதைப் போல் "அனைத்துமே இப்போது "திரும்புவதால்" நாமும் இத்தருணத்தை கடவுளிடம் திரும்புவதற்காகப் பயன்படுத்துவோம்" என்று அப்பிரசங்கம் அறிவுறுத்துகிறது.

"திருப்பம்" என்பதின் அனைத்து சூட்சும அர்த்தங்களைச் சார்ந்தே கவிதை கட்டமைக்கப்படிருக்கிறது. இச்சூட்சும உத்தி பல்பொருட்தன்மையின் தெளிவின்மையையும் தயக்கத்தையும் உடனழைத்து வருகிறது, அடுத்த வரி முதல் வரியின் ஸ்திரமான இயாம்பிக் பெண்டாமீட்டரில் நிலைத்து நிற்கத் தயங்குவது போல்...

Because I do not hope to turn again
Because I do not hope
Because I do not hope to turn

ஏனெனில் மீண்டும் திரும்புவேன் என்று நான் நம்பவில்லை
ஏனெனில் நான் நம்பவில்லை
எனெனில் திரும்புவேன் என்று நான் நம்பவில்லை.

திட்டமிட்டே எதிர்மறைகளைக் குவித்து கவிதை முன்னேறுகிறது – *do not hope, no longer strive, why should I mourn* இத்யாதி. மரம், பூ, வசந்தம் போன்றவற்றைக் கொண்டு வசீகரித்து தன் வழக்கமான இராஜ்ஜியத்தின் வலிமையை நிலைநாட்டும் (*the power of the usual reign*) ஹயாசிந்த் தோட்டத்துக்குத் திரும்ப விழையும் நினைவின் ஆசைகாட்டல்களிலிருந்து மனதை விருப்புறுதியுடன் "திருப்புவதற்காகவே" இவை பயன்படுகின்றன. பாழ்நிலத்தின் இறுதியில் "காதலில் மரித்துக் கொண்டிருக்கும்" கவிஞர் அக்காதலைச் சுத்திகரிக்கும் கடப்புச் சடங்காக ஏற்கனவே உருமாற்றிவிட்டார். தற்காலிக ஆட்சி செலுத்தவல்ல (*the one veritable transitory power*) பூமிக்குரிய அன்பு அவருக்கானதல்ல என்பதை அவர் உணர்ந்திருக்கிறார். தற்காலிகமானது, ஏனெனில் அது ஒரு குறிப்பிட்ட நேரத்துடனும் ஒரு குறிப்பிட்ட இடத்துடனும் பிணைக்கப்பட்டு, புவியியல் கட்டுப்பாடுகளை மீற முடியாது, எல்லா காலத்திற்கும் எல்லா இடங்களுக்கும் உண்மையாக இருக்க முடியாததால், நித்தியமாக இல்லாததால். உலகிற்குரிய அன்பின் மேன்மைபடுத்தப்பட்ட (ஆனால் இன்னமும் உலகத்தில் வேறூன்றி நிற்கும்) வடிவத்தில் க்வீடோவைப் போல் அவரால் தொடர்ந்து தகித்திருக்க

முடியாது. எனவேதான் பாலைவனமாகிவிட்ட ஹையாசிந்த் தோட்டத்திலிருந்து அதைக்காட்டிலும் ஆன்மீகமான மேய்ச்சல் நிலங்களுக்கு "திரும்பும்" நிர்பந்தம். ஆனால் இது அவருக்கு நம்பிக்கையூட்டுவதாகவும் இருக்கிறது:

I rejoice that things are as they are and
I renounce the blessed face
And renounce the voice
Because I cannot hope to turn again
Consequently I rejoice, having to construct something
Upon which to rejoice

நடக்கிறது நடப்பதில் நான் குதூகலிக்கிறேன்.
ஆசிர்வதிக்கப்பட்ட முகத்தைத் துறக்கிறேன்
குரலையும்
ஏனெனில் மீண்டும் திரும்புவேனென நம்பமுடியாததால்
என்வே குதூகலிக்கிறேன், கட்டமைக்க ஏதோவொன்று எனக்கிருப்பதால்,
அதைப் பற்றி குதூகலிக்க முடியும் என்பதால்

ஆனால் நம்பிக்கை கொள்வது ஒரு விஷயம், அந்நம்பிக்கையில் நிலைத்து

அதை வெற்றிபெறச் செய்வதென்னவோ முற்றிலும் வேறு விஷயமாக இருக்கிறது. புதிய நம்பிக்கை இறக்கைகளுக்கு அடியே உயர்தலுக்குத் தேவையான காற்றோட்டம் இல்லை என்பதையும் அவர் உணர்கிறார்:

Because these wings are no longer wings to fly
But merely vans to beat the air

எனெனில் இந்த இறக்கைகளைக் கொண்டு இனிமேலும் பறக்க முடியாதென்பதால்
அவை வெறும் காற்றாடிகளைப் போல் காற்றிலுழலுவதால்.

பழையதைத் துறந்து, புதியதில் நிலைகொள்ள முடியாது, "என் இரு விருப்புறுதிகள், ஒன்று புதியது மற்றொன்று

பழையது, ஒன்று சரீரமானது மற்றொன்று ஆன்மீகமானது, இரண்டும் என்னுள் போராடுகின்றன; அவற்றின் பிணக்கில் என் ஆன்மா அழிகிறது" என்று தன் ஒப்புதல் வாக்குமூலங்களில் புலம்பிய புனித அகஸ்டீனின் கையறுநிலையில் அவர் இருக்கிறார். இருதலைக் கொள்ளி எறும்பின் பதற்றத்துடன், முதல் பகுதி அமெரிக்கக் கால்பந்து மொழியில் கூறுவதானால், கடவுள் விட்ட வழி என்று ஏறியப்படும் பந்துபோல் அசலான *Hail Mary* ஒன்றில் முடிவடைகிறது:

> *Pray for us sinners now and at the hour of our death*
> *Pray for us now and at the hour of our death.*

> பாவிகளான எங்களுக்காக இப்போதும் எங்கள் சாவு நேரத்திலும்
> வேண்டிக்கொள்ளவும்
> இப்போதும் எங்கள் சாவு நேரத்திலும் எங்களுக்காக வேண்டிக்கொள்ளவும்.

கவிதையின் இரண்டாம் பகுதி *Lady* என்று விளிக்கப்படும் பிராட்டியுடன் தொடங்குகிறது. அவள் "கன்னி மேரிக்கு தியானத்தில் வந்தனம் செய்பவள்" "மௌனம் காக்கும் பிராட்டி" என்று பிந்தைய வரிகள் அறிவிக்கும். வெள்ளைச் சிறுத்தைகள் தாந்தேயின் சிறுத்தைக் குறியீட்டின் தலைகீழ் படிமம். தாந்தேயில் அவை நாம் சற்று முன் கவிதையில் எதிர்கொண்ட சிற்றின்பத்தின் "வழக்கமான ஆட்சியாக" அடையாளம் செய்யப்பட்டால், இங்கு அவை தாந்தே அச்சிற்றின்பம் குடிகொண்டிருக்கும் உறுப்புகள் என்று நம்பிய, கால்கள், நெஞ்சு, கல்லீரல் மற்றும் கபாலத்திலிருந்து அச்சிற்றின்பத்திற்கான விழைவை அழித்தொழிப்பதற்காகச் செயல்படுகின்றன. ஆனால், எலும்பிலிருந்து சதை அகற்றப்பட்டாலும் முதற்பகுதியின் சந்தேகங்கள் தொடர்கின்றன; மஜ்ஜையின் வேதனை, எலும்புக்கூட்டின் குளிர்வலிப்பு, எலும்பின் காய்ச்சல் இவை எல்லாம் உண்மையில் போக்கக்கூடியவையா அல்லது அவை நிலைக்குமா? சிற்றின்பத்தின் உந்துதல்களில்லாது எலும்பால் வாழமுடியுமா? போன்ற சந்தேகங்கள். எலும்புகளின் பள்ளத்தாக்கில் எசெக்கியலின் பயணம், இஸ்ரேலின் புத்துயிர்ப்பிற்கான

முன்னறிவிப்பு போன்ற விவிலியச் சுட்டுதல்களும் இங்கு உட்கிடையாக அமைந்திருக்கிறதென்பது வெளிப்படை. எனவேதான் "to construct something Upon which to rejoice" என்ற முதல் பகுதியின் நம்பிக்கையைச் செயல்படுத்துவதற்காகப் புலனின்பத்தின் கடும் துறப்பைக் கவிதை ஒரு பாதையாகத் தேர்வுசெய்கிறது:

.....And I who am here dissembled
Proffer my deeds to oblivion, and my love
To the posterity of the desert and the fruit of the gourd.
It is this which recovers
My guts the strings of my eyes and the indigestible portions
Which the leopards reject.

...பிய்த்துப் பிரிக்கப்பட்டிருக்கும் நான் இங்கே
வருங்காலத்தின் மறதிக்கு காணிக்கையாக்குக்றேன் என் செயல்களைப்
பாலைவனத்தின் வருங்காலத்திற்கும் சுரையினத்தின் பழத்திற்கும்
அளிக்கிறேன் என் காதலை.
இதுவே மீட்கிறது
சிறுத்தைகள் நிராகரித்த
என் குடலை, என் கண்களின் சரங்களை, என் ஜீரணிக்க முடியாத பகுதிகளை.

கவிதையின் இயக்கம் ஆசீர்வதிக்கப்பட்ட முகத்திலிருந்து (blessed face) இடைத்தரகர் பெண்மணிக்கும் (Lady) அவரிடமிருந்து கன்னிக்கும் (Virgin) நகரும் விருப்புறுதியின் முயற்சியைச் சுட்டுவதாக உள்ளது. இது நன்மையிலிருந்து சௌந்தர்யத்திற்கும் அதிலிருந்து பிரகாசத்திற்கும் உயரும் சாய்மானத்தில் நுட்பமாகப் பிரதிபலிக்கப்படுகிறது. ஆனால் அவ்வுயர்வின் சாய்வு விகிதம் கடினமாகவே இருக்கிறது ஏனெனில் பிரசங்கம் கூறுவது போல், "விழைவு தோல்வியுறுகையில் வெட்டுக்கிளிகூட ஒரு பாரமாக" இருக்கிறது. எனவேதான் அம்முரண்படும் பக்க அணிமைகள்

(calm-distressed, torn-whole இத்யாதி) முடிக்க முடியாததை முடிக்க முனையும் முயற்சிகள், "அனைத்துக் காதலுமே முடிவுறும்" பாலைவனத்தில் "பேச்சற்ற சொல் அவதரிக்கும்" தோட்டத்தை மீட்பதற்கான விழைவுகள்...

The single Rose
Is now the Garden
Where all loves end
Terminate torment
Of love unsatisfied
The greater torment
Of love satisfied

ஒற்றை ரோஜா
இப்போது
அனைத்துக் காதல்களும் முடிவுறும்
தோட்டம்.
நிறைவேறாக் காதலின் வாதையையும்
நிறைவேறிய காதலின் பெருவாதையையும்
அது முடித்துவைக்கும்.

Ash-Wednesday இன் அச்சிடப்பட்ட பதிப்புகளில் ஒன்று அவரது மனைவி விவியனுக்கு அர்ப்பணிக்கப்பட்டது என்பதை நினைவுகூர்கையில் இரண்டாம் பகுதியின் கடைசி சரண வரியின் வேதனையைக் கூர்மையாக உணர்கிறோம்: "We are glad to be scattered, we did little good to each other,". ஆனால் பாலைவனமும் ஓர் மரபுப் பெறுகையே என்று விருப்புறுதி கற்பிதம் செய்துகொள்கிறது. எலியட் மிகவுமே மெச்சிய, ஆஷ்-வெட்னஸ்டே கவிதையைப் பெரிதும் பாதித்த, செயிண்ட் ஜான் ஆஃப் த க்ராஸின் வார்த்தைகளில் சொல்வதானால் அது "அதன் மறைமை, பரந்தமை மற்றும் தனிமையைப் பொருட்டு மகிழ்வூட்டுவதாகவும், இனிமையாகவும், உற்சாகமளிப்பதாகவும் இருக்கிறது."

கவிதையின் மூன்றாம் பகுதி தெய்வீக ஆதர்சத்திற்குத் "திரும்புவதில்" இருக்கும் சிரமத்தைக் குறித்த சோர்வளிக்கும் ஒப்புதல் வாக்குமூலமே. படிக்கட்டுகள் கிறிஸ்தவ மறைஞானத்தின் ஆன்மீக ஏற்றத்தைக் குறிக்கலாம். புதிய ஆன்மீக நிலையில் இன்னமும் விடாப்பிடியாக நிலைக்கும் பழையதின் நினைவு இப்போது வலிந்து முன்வைக்கப்படும் எதிர்மறைப் படிமங்களால் கொடூரமாக்கப்படுகிறது:

Damp, jaggèd, like an old man's mouth drivelling, beyond repair,
Or the toothed gullet of an aged shark

வெடித்த ஈரமான பழுதுபார்க்க இயலாத கிழவனின் எச்சில் வடியும் வாய் போல்,
அல்லது வயதான சுராமீனின் பற்கள் நிரம்பிய உணவுக்குழல் போல்

என்பது கவிதையில் நாம் இதுவரையில் லயித்த இசைத்தன்மையுடன் சற்றும் ஒவ்வாமல் நாராசமாக ஒலிக்கிறது. வலிந்து முன்வைக்கப்படும் பாலியல் சுட்டுதல்களுக்கும் அதே கதிதான் (*slotted window bellied like the figs's fruit, antique flute...*), ஆனால் கடந்த காலத்தைப் பயனற்றதாகக் காட்டுவதற்காக மேற்கொள்ளப்படும் அனைத்து முயற்சிகளையும் மீறி அக்கடந்த காலம் அற்புதமான இரண்டு வரிகளில் உணர்ந்த அனுபவத்தின் உடனடித்தன்மையுடன் மிளிர்கிறது:

Blown hair is sweet, brown hair over the mouth blown,
Lilac and brown hair;

காற்றில் அலைகழியும் கேசம் இனிமையானது, வாயின் மீது வீசப்படும் பழுப்புக் கேசம்,
இளஊதாவும் பழுப்பும் கலந்த கேசம்

இது வெறும் கவனச்சிதறல் என்று உடனடியாக நிராகரிக்கப்பட்டாலும், துறக்கும் நெஞ்சத்தை இன்னமும் தூண்டுவதற்கான வலிமை அதனிடம் இருக்கிறது. எனவேதான் ஒப்புதல் வாக்குமூலம் போன்றதோர் முடிவு:

Lord, I am not worthy
Lord, I am not worthy
but speak the word only.

தேவனே, நான் தகுதியானவன் அல்ல
தேவனே, நான் தகுதியானவன் அல்ல
ஆனால் உனது வார்த்தையை மட்டும் உரைத்துக் கொண்டிருப்பவன்.

ஆஷ்-வெட்னஸ்டேயின் நான்காம் பகுதி வேஸ்ட் லாண்டின் Who is the third who walks always beside you? பகுதிக்கு நம்மை அழைத்துச் செல்கிறது. ஆனால் அதன் இசை இப்போது சுத்திகரிக்கப்பட்டு ஓர் தெய்வீகமான பாசுரத்தைப் போல் ஒலிக்கிறது. கீழுலகிலிருந்து மேலுலகுக்கு உயரும் இவ்வூசலாடலில் வார்த்தைகள் மீளுரைக்கப்படுகின்றன. ஆங்கிலக் கவிதை உச்சங்களில் ஒன்று இங்கு நமக்களிப்படுகிறது, அவ்வுச்சத்தில் எலியட்டின் தலைசிறந்த விளக்கவுரையாளரான டேவிட் மூடியின் வார்த்தைகளில் கூறுவதானால் "அசலான அனுபவம் குறியீடாக அளிக்கப்பட்ட பின்னர், விழையப்படும் ஆதர்ச உலகை உருவாக்கும் பொருட்டு அக்குறியீட்டின் சுட்டுதல்கள் மாற்றியமைக்கப்படுகின்றன."

Who walked between the violet and the violet
Who walked between
The various ranks of varied green
Going in white and blue, in Mary's colour,
Talking of trivial things
In ignorance and knowledge of eternal dolour
Who moved among the others as they walked,
Who then made strong the fountains and made fresh the springs

ஊதாவிற்கும் ஊதாவிற்கும் இடையே நடந்தது யார்
மாறுபட்ட பல்வேறு பச்சை வரிசைகளுக்கு

இடையே நடந்து யார்

வெள்ளையும் நீலமுமாக மேரியின் வர்ணங்களில்

அற்ப விஷயங்களைப் பேசி

அறியாமையிலும் சாஸ்வத துயரத்தைக் குறித்த அறிவிலும்

வளைய வருவது யார்

அவர்கள் நடக்கையில் மற்றவர்களுக்கிடையே உழல்பவர் யார்

சுனைகளைப் புதுப்பித்து, நீரூற்றுகளை வலுப்படுத்தியவர் யார்.

Sovegna Vos என்று முடியும் அச்சரணம் நம்மை ப்ரூஃப்ராக்கிற்கும் அது மேற்கோள் காட்டும் தாந்தேயின் ஆர்நாட் டானியலிற்கும் அழைத்துச் சென்று ஃபிடில்கள், குழல்கள் போன்ற பழைய புலனின்பத் தூண்டுதல்களின் கழிதலையும் மடிந்த ஒளியாலான தரிசனத்தில் புதியதின் தோற்றத்தையும் "ஆழ்ந்து கவனிக்கும்படி" வாசகர்களை அறிவுறுத்துகிறது. பர்கேடோரியோவில் பியட்ரிஸ் குறித்த, எலியட் மிகவுமே மெச்சிய, தாந்தேயின் தரிசனமே இங்கு வேறு வார்த்தைகளில் மீட்கப்படுகிறது, "அதை முற்றிலும் உள்வாங்கி, பெரிதாக்கி மேலும் அர்த்தமூட்டும் புதிய உணர்விலும், புதிய சூழலிலும் மீட்கப்படும் பழைய வேட்கையின் புத்துயிர்ப்பு." நம் பக்திக் கவிகள் செய்தது போல் பழைய தாளத்தைப் புதிய பாடலில் மீட்டெடுப்பது:

One who moves in the time between sleep and waking, wearing
White light folded, sheathing about her, folded.
The new years walk, restoring
Through a bright cloud of tears, the years, restoring
With a new verse the ancient rhyme. Redeem
The time...

உறங்குவதற்கும் விழிப்பதற்கும் இடைப்பட்ட நேரத்தில் நகரும் ஒருவர், அணியும்

மடியும் வெள்ளொளி, அவளைப் போர்த்து, மடியும்.

புத்தாண்டு நடை மீட்கிறது

ஒளிரும் கண்ணீர் மூட்டத்தினூடே, வருடங்களை, மீட்கிறது

புதுக் கவிதையில் பழைய தாளத்தை. மீட்கிறது
காலத்தை...

ஆனால் கவிதையால் தரிசனத்தைத் தக்கவைத்துக்கொள்ள முடியவில்லை. ஒளிரும் வெள்ளொளி இப்போது மீண்டும் "மௌனச் சகோதரியாக" மங்கிவிடுகிறது. நாம் மீண்டும் குழல்கள் வகையறா நிரம்பியிருக்கும் தோட்டத்தின் புலனின்பச் சுட்டுதல்களில் இருத்தப்படுகிறோம். மீட்சி விழையப்பட்டாலும் கவிதை உரைப்போனின் மூச்சறுதலையும் பின்னுலகில் அவனது இரட்சிப்பையும் தீர்மானிக்கும் கடவுளின் சுவாசத்தால்தான் அது சாத்தியப்படுகிறது; யூ மரத்தின் (Yew tree) மரணம், மறுபிறப்புச் சுட்டுதல்கள் இதைத் தான் வலியுறுத்துகின்றன. அதுவரையில் அப்பேரானந்தத்திலிருந்து "நாடுகடத்தப்பட்டிருக்கும்" உரைப்போன் கீழே அவன் சரீர வாழ்வைத் தொடர்ந்தாக வேண்டும். எனவேதான் அந்நாடுகடத்தலிற்குப் பின் "திருவயிற்றின் கனியை" உறுதியளிக்கும் ரோமன் கத்தோலிக்கக் கிருபை தயாபத்து ஜெபத்துடன் (Salve Regina) இப்பகுதி முடிகிறது:

....redeem the dream
The token of the word unheard, unspoken
Till the wind shake a thousand whispers from the yew
And after this our exile.

...மீட்க கனவை
கேட்கப்படாத சொல்லின் அடையாளத்தை
யூ மரங்களிலிருந்து ஆயிரம் குசுகுசுப்புகளைக் காற்று உலுக்கும் வரையில்
உரைக்கப்படாததை.
அதன்பின் நம் நாடுகடத்தலை.

உரைக்கப்படாத வார்த்தையின் மௌனம் எவ்வாறு பேசி மாளாத உலகின் அமளியில் மூழ்கடிக்கப்படுகிறது என்பதையும் உலகின் சுழலும் சத்தத்திற்கு எதிராக கடவுளின் வார்த்தையை நிறுவுவதுமே ஐந்தாம் பாகத்தின் சாராம்சம்.

Where shall the word be found, where will the word
Resound? Not here, there is not enough silence
Not on the sea or on the islands, not
On the mainland, in the desert or the rain land,
For those who walk in darkness
Both in the day time and in the night time
The right time and the right place are not here

வார்த்தையை எங்கே கண்டிடுவோம், வார்த்தை எங்கே
மீளொலிக்கும்? இங்கே இல்லை, ஏனெனில்
கடலிலோ தீவுகளிலோ, பெருநிலத்திலோ, பாலைவனத்திலோ
அல்லது மருதநிலத்திலோ போதுமான அமைதி இல்லை.
இருளில் நடப்போர்க்கு
காலை நேரம் இரவு நேரம் இரண்டிலுமே
சரியான காலமும் சரியான இடமும் இங்கு அமையவில்லை

காலத்தில் சிக்குண்டிருக்கும் சரீர உலகத்தை மட்டம் தட்டுவதுபோல் கிறிஸ்தவ திருப்பலியில் கிறிஸ்து தன் மக்களைக் கண்டிக்கும் வார்த்தைகள் ஒவ்வொரு சரணத்தின் இறுதியிலும் அளிக்கப்படுகின்றன: *O my people, what have I done unto thee?* சந்தேகத்தின் நிலைப்பும், கடவுளில் உய்க்கும் மீட்சியை அருளும் தவத்தை முழுமையாகவும் நிபந்தனைகளின்றியும் ஏற்றுக்கொள்ளத் தயங்குவதும், தோட்டத்தில் பாலைவனத்தைக் கண்டடைவதும், எப்போதுமே பாலைவனத்தில் தோட்டத்திற்காக ஏங்குவதுமே இங்கு கண்டிக்கப்படுகின்றன:

...terrified and cannot surrender
And affirm before the world and deny between the rocks

...பீதியுற்று சரணடைய முடியாது
உலகிற்கு முன் அமோதித்து பாறைகளுக்கு நடுவே மறுக்கும்...

பாழ் நிலம் என்பது நவீன உலகம் மட்டுமல்ல. எலியட்டைப் பொறுத்தவரையில் ஆதிபாவத்தை (ஆப்பிள்-விதை) மறுப்பதால் மீட்சிக்கான சாத்தியங்களை இழந்திருக்கும் தற்காலிகமான சரீர உலகம் முழுவதுமே மீட்கமுடியாத அளவுக்குப் பழிக்கப்பட்டிருக்கிறது. கவிஞன் அவன் தரிசனத்துடன் மீண்டும் இணைய இயற்கையில் அவன் வாழ்க்கை முடிந்தாக வேண்டும், மரணத்தின் கரைகளை (கடைசி பாலைவனம்) அவன் கடந்தாக வேண்டும்.

In the last desert before the last blue rocks
The desert in the garden the garden in the desert
Of drouth, spitting from the mouth the withered apple-seed.
O my people. what have I done unto thee.

கடைசி பாறைகளுக்கு முன் கடைசி பாலைவனத்தில்
தோட்டத்தில் பாலைவனமும் வறண்ட பாலைவனத்தில்
தோட்டமும், வாடிய ஆப்பிள்—விதையை வாயிலிருந்து துப்பியபடி.
ஓ! என் ஜனமே, என் செய்தேன் நான் உங்களுக்கு.

ஆஷ்-வெட்னஸ்டேயின் இறுதிப் பகுதி அதன் தொடக்கத்துடன் இணையும் வகையில் அத்தொடக்கத்தின் மூன்று becauseகளை மூன்று Althoughகளாக உருமாற்றுகிறது, சிற்றினபத்துக்கும் நம்பிக்கைக்கும் இடையே ஊசலாடும் விருப்புறுதியின் அலைவு திரிவுகளையும் மீறி கடவுளின் கிருபையால் அதன் இலக்கை அதனால் இன்னமும் எட்ட முடியும் என்பதுபோல்... ஆனால் புலன்களில் சாளரங்கள் நினைவின் சிறகுகளில் நம்மை சிற்றின்பச் சாகரத்துக்கு மீண்டும் அழைத்துச் செல்கின்றன. அக்கடலின் கிரானைட் கரைகளில் உயர விழையும் சிறகுகள் சிதைக்கப்படுகின்றன. ஆயினும் (although?) சிதைக்கப்படாத சிறகுகள் இறையருளால் (Bless me Father) சாத்தியப்படலாம்.

...(Bless me father) though I do not wish to wish these things

From the wide window towards the granite shore
The white sails still fly seaward, seaward flying
Unbroken wings

...(என்னை ஆசீர்வதியுங்கள் தந்தையே), நான் இவற்றை வரும்ப விரும்பாவிடினும்
அகல் ஜன்னலிருந்து கரும்பாறைக் கரைவரை
இன்னமும் கடல்நோக்கிப் பறந்து செல்லும் வெண்பாய்மரங்கள்
கடல்நோக்கிப் பறக்கும் உடையா இறக்கைகள்

புலனின்ப நினைவின் உயர்ந்தெழும் இசை எவ்வளவு நெகிழ்வூட்டுவதாக இருக்கிறதென்றால், இழந்தவை மனதில் நிஜமாக்கப்படும் அளவிற்கும் – இழந்த இளஞ்சிவப்பு, இழந்த கடற் குரல்கள், இழந்த கடல் மணம் இவையெல்லாம் இசையின் உச்சத்தில் ஒத்திசைந்து காடையின் கரைதலையும் ஆள்காட்டி குருவியின் சுழற்சியையும் மீட்டெடுக்கின்றன. ஆனால் தயங்கும் விருப்புறுதி இசையை ஒரு விதமான *dying fall*- லுடன் நிறைவு செய்ய வரும்புவதால் அவற்றை "வெற்று உருவங்களாக" மட்டுப்படுத்துகிறது:

And the lost heart stiffens and rejoices
In the lost lilac and the lost sea voices
And the weak spirit quickens to rebel
For the bent golden-rod and the lost sea smell
Quickens to recover
The cry of quail and the whirling plover
And the blind eye creates
The empty forms between the ivory gates

மேலும் இழந்த இதயம் விறைப்பாகி, மகிழ்கிறது
இழந்த இளஃறாவையும் இழந்த கடற்குரல்களையும் எண்ணி
வலுவற்ற ஆன்மா எதிர்த்துப் போராட விரைகிறது
வளைந்த தங்கக் கோலிற்காகவும் இழந்த கடல் வாசத்திற்காகவும்
மீட்க விரைகிறது

காடை மற்றும் சுழலும் உப்புக் கொத்தியின் கறைதலை
அப்போது குருட்டுக் கண் உருவாக்க முயல்கிறது
தந்த வாயில்களுக்கிடையே வெற்று உருவங்களை.

"இருந்தவை", "இருக்கக்கூடியவை" "இருக்க வேண்டியவை" குறித்த தரிசனங்கள் ஒன்றையொன்று குறுக்குவெட்டிக் கொள்கின்றன (where three dreams cross / Between blue rocks). இயற்கையின் யூ மரங்களிலிருந்து உலுக்கப்பட்ட குரல்களுக்கு மரணத்தின் யூ மரங்கள் பதிலளிக்க வேண்டும் என்ற வேண்டுகோள் விடுக்கப்படுகிறது. ஆனால் பற்றின்மையும் அமைதிகாணா உலகில் ஓர் அசைவிலா அமைதியான மையமுமே இங்கு நாடப்படுகின்றன. இதைத் தவத்தின் கடும் துறவறத்தால் மட்டுமே அடைய முடியும் என்பதைக் கவிதை உணர்ந்து கொள்கிறது. விழையும் விருப்புறுதி சரணடைந்து கவிதை பிரார்த்தனையாக வேண்டும், கிட்டத்தட்ட ஒரு பாசுரமாக. வேண்டுகோளின் விடுத்தலுக்கும் அதன் செவித்தலுக்கும் இடையே விரியும் இடைவெளியைக் கவிதைப் பத்திகளின் இடைவெளியைக் கொண்டு உருவரீதியாக நமக்கு உணர்த்துகிறது. தவத்தின் தீவிரத்தைக் கொண்டே அவ்விடைவெளி கடக்கப்படவேண்டும்.

Teach us to sit still
Even among these rocks,
Our peace in His will
And even among these rocks
Sister, mother
And spirit of the river, spirit of the sea,
Suffer me not to be separated
And let my cry come unto Thee.

அமைதியாக உட்காரக் கற்றுக்கொடுங்கள்
இப்பாறைகளுக்கு மத்தியில்கூட,
அவர் சித்தத்தில் நம் அமைதி
இந்த பாறைகள் மத்தியில்கூட

சகோதரியே, மாதாவே
ஆற்றின் ஆன்மாவே, கடலின் ஆன்மாவே,
பிரிந்துவிடாதிருக்க என்னை அனுமதியுங்கள்.
என் குரல் தங்களைச் சென்றடைய அனுமதியுங்கள்.

ஆஷ்-வெட்னெஸ்டே ஒரு குறிப்பிட்ட ஆன்மா அதன் நம்பிகை உலகின் வரம்பிற்குள் போராடித் தத்தளிப்பதை விவரிக்கும் நெகிழ்வூட்டும் ஆவணமாகும். புலன்களின் தாழ்ந்த கனவிற்கும் நம்பிக்கையின் உயர்ந்த கனவிற்கும் இடையே ஊசலாடும் அந்த ஆன்மாவின் முடிவிலா அலைக்கழிப்பைப் பதிவு செய்வதில் அது வெளிப்படுத்தும் கொடூரமான நேர்மையே அதன் அற்புதமான இசைக்கு ஜெபத்தின் மோனநிலையை அளிக்கிறது. ஆங்கிலக் கவிதையைக் குறித்த 2072 கவிதை வரிகளில் எழுதப்பட்ட அவரது Essay on Rime கட்டுரையில் கார்ல் ஷபீரோவின் மதிப்பீட்டுடன் நாமும் உடன்படுகிறோம்:

*When it appears, the study of music
of Ash-Wednesday should compel the minds of all
Poets: for in a hundred years no poem
Has sung itself so exquisitely well.*

அது வெளிவருகையில், ஆஷ்—வெட்னஸ்டேயின் இசையைக் குறித்த ஆய்வு அனைத்துக் கவிஞர்களின் மனங்களையும் கட்டாயப்படுத்தும்: ஏனெனில் நூறாண்டுகளில் எந்தக் கவிதையுமே அதுபோல் இவ்வளவு நேர்த்தியாக தன்னைப் பாடிக் கொள்ளவில்லை.

- செப்டம்பர் 2022.

அவதரிக்கும் சொல் :
எலியட்டின் ஃபோர் குவார்ட்டெட்ஸ்

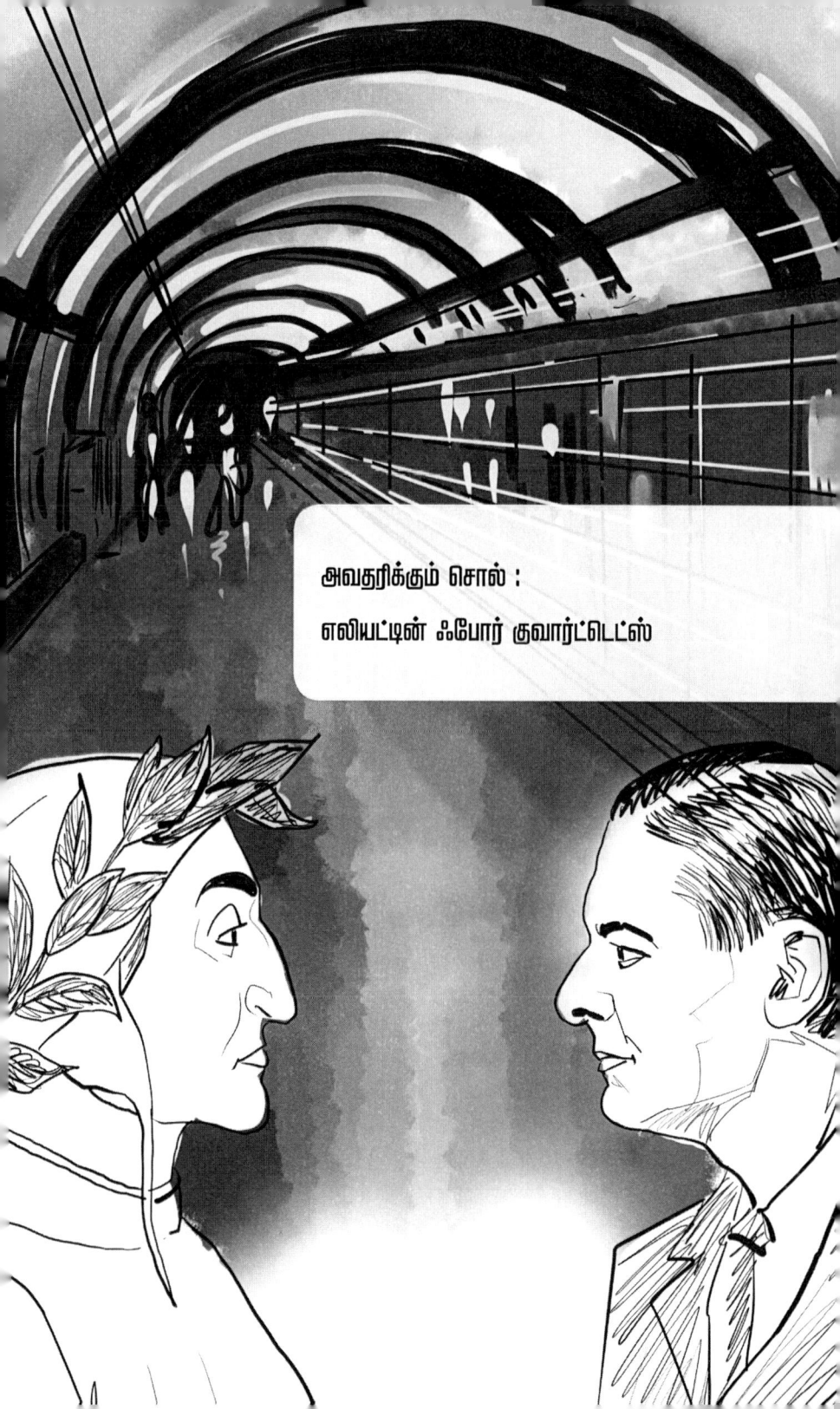

அவதரிக்கும் சொல் :

எலியட்டின் ஃபோர் குவார்ட்டெட்ஸ்

"Importance is derived from the immanence of infinitude in the finite" – Grendel, John Gardner

டி.எஸ்.எலியட் போன்ற பெரும் ஆளுமைகளின் கலையில் முன்னேற்றம் போன்ற பரிணாமங்களை வரையறுப்பது சற்று முட்டாள்தனமாகவே இருக்கலாம்; ஏனெனில் அவரது ஆரம்ப காலப் படைப்புகளிலேயே ப்ரூஃப்ராக் போன்ற படைப்பும், அவரது மத்திய காலப் படைப்புகளில் பாழ்நிலம், ஆஷ் வெட்னஸ்டே போன்ற பெரும் படைப்புகளும் இடம்பெற்றிருப்பதால். இக்கவிதைகள் அனைத்தையுமே நாம் இத்தொடரின் முந்தைய பகுதிகளில் பேசிவிட்டோம். அவற்றுக்குப் பின்வந்த ஃபோர் குவார்டெட்ஸ் கவிதை உண்மையில் நான்கு நீள் கவிதைகளாலான ஒரு கதம்பக் கவிதை. நான்கு கவிதைகளுமே ஐந்து அசைவுகளாகக் கட்டமைக்கப்பட்டிருக்கிறன. ஈஸ்ட் கோக்கர், ட்ரை சால்வேஜஸ், லிட்டில் கிடிங் என்று தலைப்பிடப்பட்டிருக்கும் கடைசி மூன்று கவிதைகளுமே இரண்டாம் உலகப் போரின் கொடூரமான ஆண்டுகளில் எழுதப்பட்டன. (1943-இல் பதிப்பிக்கப்பட்டபோது எலியட் அவற்றை "தேசப்பற்றுக் கவிதைகள்" என்று அழைத்தார்.) முதல் கவிதையான, முந்தைய தசாப்தத்தின் மூடிசூடத்தக்க சாதனை என்று அழைக்கத்தக்க பர்ன்ட் நார்ட்டன் 1935-இல் வெளிவந்தது. ஆஷ் வெட்னெஸ்டேயில் முதலில் சுட்டப்பட்டு, பின்னர் பர்ன்ட் நார்ட்டனில் பகுதியளவு ஆராயப்பட்ட, கிறித்தவ மதத்தின் ஆங்கிலக் கிளையான ஆங்கிலிகனிசத்திற்கு அவரை இட்டுச்சென்ற மதமாற்றத்தின் முழு வீச்சை முற்றிலும் கவித்துவமாக ஃபோர் குவார்டட்ஸ்சில் ஆராய அவருக்கு இரண்டாம் உலகப் போர் எனும் நெருக்கடி தேவையாக இருந்தது.

குவார்டெட் என்பது ஒரு இசை வடிவம், நான்கு இசைக்கருவிகள் அல்லது குரல்களுக்கான கூட்டிசைப் படைப்பு. சரிதை-விமர்சன வளாகம் ஃபோர் குவார்டட்ஸ்-க்கான உத்வேகத்தை எலியட் ஸ்டீஃபன் ஸ்பெண்டருக்கு 1931-இல் எழுதிய கடிதத்துக்கு அழைத்துச் செல்கிறது. அதில் எலியட் பீடோவனின் சிறந்த லேட் குவார்ட்டெட்ஸ்–களில் தலைசிறந்த ஒன்றைப் பற்றி பேசுகிறார்:

“[பீடோவனின்] A-மைனர் குவார்டெட் (எண். 15) கிராமஃபோன் பெட்டியில் ஓடிக்கொண்டிருக்கிறது. ஆராய்ந்து தீர்த்துவிட முடியாத படைப்பாகவே அது எனக்குப் படுகிறது. பெரும் துன்பங்களுக்குப் பிறகு, இணக்கம் மற்றும் நிவாரணத்தின் பலனாக வரக்கூடும் என்று ஒருவர் கற்பனை செய்துகொள்ளும், அவருடைய பிற்கால விஷயங்களைக் குறித்த தெய்வீகமான, அல்லது குறைந்தபட்சம் மானுடக் களிப்பு நிறைந்திருக்குமோர் அவதானிப்பு அதிலிருக்கிறது; இறப்பதற்குள் அதைப்போல் ஒன்றை ஓரளவுக்கேனும் என் கவிதையில் செய்துவிட வேண்டுமென்று விரும்புகிறேன்.”

பீடோவன் தனது A-மைனர் குவார்டெட், Op 132-ஐ 1834-இன் குளிர்காலத்தில் இசையமைத்தபோது, தான் விரைவிலேயே இறந்துவிடப் போவதாக நம்பினார். ஆனால் 1835-இன் வசந்தத்தில் அவர் குணமடையத் தொடங்கினார். மீட்பின் நம்பிக்கையால் உந்தப்பட்டு ஏற்கனவே நான்கு அசைவுகளுடன் பூர்த்தியாகிவிட்டிருந்த குவார்ட்டெட்டில் கூடுதல் அசைவொன்றைச் சேர்த்தார். இதுவே பிற்காலத்தில் பிரசித்தி பெற்ற Heiliger Dankgesang Movement 3; அவ்வசைவின் இசைக்குறிப்புகளுக்கு மேலே ஒரு விளக்கக் குறிப்பையும் அவர் சேர்த்திருந்தார்: லிடியன் முறைமையில் (Lydian Mode) அமைக்கப்பட்ட அது, குணமடைவோன் இறைமைக்கு நன்றி செலுத்தும் புனிதப் பாடல் என்று அக்குறிப்பு விளக்கமளித்தது.

நலக்குறைவிலிருந்து நலத்துக்கு, ஒரு வழியில் எலியட் நான்கு குவார்டெட்ஸ்களில் இதைத்தான் முயற்சித்தார். முந்தைய கவிதைகளில் அபாரமாக பட்டியலிட்டிருந்த பாலைவனங்களையும் போரின் கொடூரங்களையும் அண்மையில் ஏற்றுக்கொண்டிருந்த ஆங்லிக்க மதத்தின்

போதனைகளுடனும், அதன் அறுதியான இலக்குடனுடனும் எவ்வாறு சமரசப்படுத்திக் கொள்வதென்பதையே அவர் இக்கவிதைகளில் ஆராய்ந்தார். லிடியன் இசை முறைமையை எளிமையாக விளக்கிக்கொள்ள வேண்டுமென்றால் வெள்ளை விசைகளை மட்டுமே கொண்டிருக்கும் (அதாவது கருப்பு விசைகளில்லாத) ஓர் பியானோவை கற்பனை செய்து பார்க்கலாம். இசைக் குறியீடுகளில் #, ♭ போன்ற ஆக்சிடெண்டல்களைத் *(accidentals)* தவிர்ப்பதாகவும் இதை அர்த்தப்படுத்திக் கொள்ளலாம். குவார்ட்டெட் இசை வடிவில் லிடியன் மோட் என்பது ஒரு வழியில் இருளிலிருந்து வெளிச்சத்திற்கு அழைத்துச் செல்லும் இசைரீதியான உருமாற்றம். எலியட்டும் தன் ஃபோர் குவார்ட்டெட்ஸில் இதைத் தான் கைப்பற்ற முயன்றார். மிகை எளிமைப்படுத்தலின் அபாயத்தையும் மீறி இப்படி சுருக்கிக் கொள்ளலாம்: முந்தைய கவிதைகளின் பாழ்நிலங்களை ஒரு விதமான ஆன்மா சுத்திகரிக்கப்படும் பர்கேடோரிய துவக்கமாக உருமாற்றி தேடுவோனை இறையன்பெனும் பராமானந்த நிலைக்கு அழைத்துச் செல்லும் முயற்சியே ஃபோர் குவார்ட்டெட்ஸ். பீடோவனின் பெரும்படைப்புக்குப் பின்னால் வருவோம், இப்போதைக்கு ஃபோர் குவார்ட்டெட்ஸ்-இன் நான்கு கவிதைகளைப் பற்றி சிறிது பேசிவிடுவோம்.

அசைவு I : பர்ன்ட் நார்டன் (Burnt Norton)

பர்ன்ட் நார்டன் என்பது, கிளாஸ்டர்ஷைரில் பதினேழாம் நூற்றாண்டில் எரிந்தழிந்த, அதன் முந்தைய அவதாரத்தின் கருகிய எச்சத்தின்மீது கட்டப்பட்டிருக்கும் பிரபுமனையும் அதைச் சூழ்ந்திருக்கும் தோட்டமும். எலியட் 1934-இல் தனது அமெரிக்க நண்பரான எமிலி ஹேலுடன் அதைப் பார்வையிடச் சென்றார். எமிலியைப் பொறுத்தவரையில் நடப்பைக் காட்டிலும் மேலதிகமான உணர்வுகளை எலியட் கொண்டிருந்தார் என்று சொல்வதே சரியாக இருக்கும். கவிதை ஹெராக்ளிட்டஸின் மேற்கோளுடன் தொடங்குகிறது:

“ஞானம் பொதுவானது என்றாலும், பலர் தங்களுக்கே உரிய ஞானம் இருப்பதுபோல் வாழ்கிறார்கள். மேல் செல்லும்வழி, கீழ் செல்லும்வழி இரண்டுமே ஒன்றுதான்.”

தொடக்க வரிகள் காலத்தின் தன்மை அதன் மீட்சி(யின்மை) குறித்த தத்துவ ஊகங்கள். அவை முந்தைய நாடகமான மர்டர் இன் தி கதீட்ரலில் இருந்து நீக்கப்பட்ட வரிகளும்கூட. நாடகம் குவார்ட்டெட்ஸின் பேச்சுமொழியைப் பாதித்தது ஒரு குறிப்பிடத்தக்க அம்சம், அதன் வரிகள் ஒருவரின் தனிப்பட்ட அந்தரங்கத்தில் முணுமுணுக்கப்படாமல் பிறருடன் பேசுவதற்காக எழுதப்பட்டது போல் தொனிக்கின்றன. அருவமான முதல் வரிகள் முக்காலத்தின் உடன்நிகழ்வை ஊகித்துப் பார்க்கின்றன. இதைக்கொண்டு ஒருவர் விதியால் நிர்ணயம்செய்யப்பட்டிருப்பது போல், ஏற்கனவே முன்தீர்மானிக்கப்பட்ட உலகம் என்ற முடிவுக்கு வரலாம். ஆனால் எலியட் இதிலிருந்து "எப்படி இருந்திருக்கலாம்" என்ற தாவலில் நிறைவேறாக் கணம் எப்போதுமே நிறைவேறக்கூடிய நிலையில் இருப்பதைக் கற்பனை செய்து பார்க்கிறார். போர்ஹெஸ்சின் The Garden of forking paths கதை நினைவிற்கு வருகிறது:

Time present and time past
Are both perhaps present in time future
And time future contained in time past.

நிகழ்காலம் இறந்தகாலம்
இரண்டுமே வருங்காலத்தில் இருக்கக்கூடும்
வருங்காலமுமே கடந்த காலத்தில் அடங்கியிருக்கலாம்
அக்கிளைபிரியும் பாதைகளிலொன்று ரோஜாத் தோட்டத்தின் கதவைத் திறந்து வைக்கிறது:

Footfalls echo in the memory
Down the passage which we did not take
Towards the door we never opened
Into the rose-garden.

நினைவில் எதிரொலிக்கின்றன காலடிகள்
நாம் எப்போதுமே திறக்காத
ரோஜா தோட்டத்துக் கதவிற்கு அழைத்துச் செல்லும்
நாம் எடுக்காத பாதை நெடுகே

பறவையின் வற்புறுத்தலின் பேரில் நினைவின் தாழ்வாரங்களில் ஒலிக்கும் எதிரொலிகளைப் பின்தொடர்ந்து, கிண்ணத்தில் ரோஜா இலைகள் மீது படிந்திருக்கும் தூசியைக் கலைக்கும் படிமம் நமக்களிக்கப்படுகிறது. "*Rose leaves, when the rose is dead*" என்ற ஷெல்லியின் வரிகளை நினைவுகூர்ந்தபடியே முதல் வாயில் வழியாக முதல் உலகத்துக்கு (ஏடெனிய?) நாம் அழைத்துச் செல்லப்படுகிறோம். அங்கே, ஒளியின் உருமாற்றமொன்றில் "எப்படி இருந்திருக்கலாம்" என்பது கணப்பொழுதில் பரிபூர்ணமாகத் தன்னை நிகழ்த்திக் கொண்டு அடுத்த கணத்தில் மறைந்துவிடுகிறது. ஊசலாடும் இத்தரிசனத்தில் முரண்கள் சம அழுத்தம் செலுத்துகின்றன: அழுத்தமில்லா நகர்வு / செத்த இலைகள், இலையுதிர்கால வெப்பம்/ துடிப்பான காற்று போன்றவை பின்வரும் வறண்ட குளம் ஒளியின் தகிப்பால் நிறப்பப்பட்டுப் பின் வடிந்துவிடுவதைப் பாடும் வரிகளின் முன்னறிவிப்புகளே:

To look down into the drained pool.
Dry the pool, dry concrete, brown edged,
And the pool was filled with water out of sunlight,
And the lotos rose, quietly, quietly,
The surface glittered out of heart of light,
And they were behind us, reflected in the pool.
Then a cloud passed, and the pool was empty.

கீழே வடிந்த குளத்திற்குள் கண்ணுறுவது.
வறண்ட குளம், காய்ந்த காரை, பழுப்பு விளிம்புகள்,
சூரிய ஒளியின் நீரால் குளம் நிரம்பியது
தாமரை எழும்பியது, அமைதியாக, அமைதியாக,
ஒளியின் மையத்தில் மேற்பறப்பு மின்னியது,
எங்கள் பின்னால் அவர்கள், குளத்தில் பிரதிபலிக்கப்பட்டு,
மேகம் கடந்து செல்ல, குளம் வற்றியது

ஏறக்குறைய வர்ட்ஸ்வர்த்தின் "*spot of time*" போன்ற காலமற்ற தருணமொன்று இங்கே ஓரளவிற்கேனும் உள்வாங்கப்

பட்டிருக்கிறது. அதன் முழுப் பொருள் (அல்லது அது இட்டுச் செல்லும் இலக்கு) அனுமானிக்கப் பட்டாலும் முற்றிலும் உரைக்கப்படவில்லை (அதை முழுதாய் உரைப்பதற்கு குவார்ட்டெட்ஸ்-இன் நான்கு கவிதைகளுமே முடிக்கப்பட வேண்டும்.)

What might have been and what has been
Point to one end, which is always present.

இருக்கக்கூடியதும், இருந்ததும் இரண்டுமே
எப்போதுமே இருந்து கொண்டிருக்கும், ஒரே இலக்கையே சுட்டுகின்றன

கவிதையின் இரண்டாம் அசைவின், ஒழுங்கற்ற சந்த நயத்தில் (irregular rhyme) ஒலிக்கும் முதல் சரண வரிகள் சேற்றில் தொடங்கி நட்சத்திரங்களில் முடிவடைகின்றன. முதலசைவில் நம்முடன் சிரித்த அந்த ஏடனியத் தோட்டக் குழந்தைகள் பாடும் கடப்பிற்கான எளிய விழைவாக மேலோட்டமாக வாசிக்கையில் இதை ஒருவர் அர்த்தப்படுத்தக்கூடும். ஆனால் ஆழமான மீள்வாசிப்பில் அவ்வரிகளின் நுட்பமும் பல்பொருட்தன்மையும் வெளிப்படுகின்றன. ஆனால் அக்குழந்தைகளைப் போல் அல்லாது, வறண்ட குளம், கான்கிரீட் மற்றும் பழுப்பு விளிம்புகளாலான யதார்த்தம் அதிகமாகவே உடனிருக்கும் நமக்கோ, சிரமங்களற்ற அவ்வெளிய கடப்பை எளிதாக ஏற்றுக்கொள்ள முடியவில்லை. அதன் வறண்ட ஒளியில் அச்சு மரத்தை (axle tree) ஒரே சமயத்தில் கிறிஸ்து சிலுவையில் அறையப்பட்ட சிலுவையாகவும், சொர்க்கத்தின் மரமாகவும் நாம் வாசிக்கிறோம். அவ்வொளியில் காட்சிப்படுத்தப்படும் மெத்தை ஏசுவின் பிறப்பிடமான கொட்டிலாகவும் புணர்ச்சியெனும் பாவத்தின் இருப்பிடமாகவும் ஒருங்கே பொருட்படுகிறது. எனவேதான், பெயரும் மரத்திற்கு மேல் நிகழ் காலமும், அதன் கோடைக்கால ஏற்றமும், நட்சத்திரங்களில் இணக்கமாக்கப்பட்ட ஒழுங்குமுறை விதியால் நிர்ணயிக்கப்பட்டதைப் போல் உணரப்படும் *sodden floor*-க்கு தரையிறக்கப்படுகிறது:

> We move above the moving tree
> In light upon the figured leaf
> And hear upon the sodden floor
> Below, the boarhound and the boar
> Pursue their pattern as before
> But reconciled among the stars.

அசையும் மரத்திற்கு மேல் நாம் அசைகிறோம்

உருக்கொள்ளும் இலையின் மீது ஒளியாக

செவிக்கிறோம், கீழே, நனைந்த தரையின் மீது

கரடியும் அதை வேட்டையாடும் நாயும்

அவற்றின் அதே பழைய தோரணையைத் தொடர்வதை.

ஆனால் அவற்றின் சமரசமோ நட்சத்திரங்களில் நிச்சயிக்கப்பட்டிருக்கிறது.

பின்வரும் சரணமானது, முந்தைய பாடல் வரிகள் முன்வைத்த அந்தக் கடப்பை, அவ்வப்போது மிளிரும் பேச்சுமொழித் தன்மையுடன், கேள்விக்குள்ளாக்குகின்றன. முதல் சரணத்தின் பூண்டும் நீலமணியும் மல்லார்மியின் குறியீட்டுக்குக் கவிதையான Tomb of Baudelaire-க்கோ (குறிப்பாக அதில் வரும் சேறு மற்றும் மாணிக்கத்துக்கு), "To insert myself into your story" கவிதைக்கோ (இடியும் மாணிக்கமும் அலங்கரிக்கும் சக்கரக் குடத்திற்கு) அழைத்துச் சென்றால் அடுத்த சரணம் குறியீட்டுத் தாவல்களிலிருந்து கீழிறங்கி தத்துவத்தின் அமைதியில் அமிழ்கிறது. குறிப்பாக அவரது ஆரம்பகால ஆசானான எஃப்.எச்.பிராட்லியின் (F.H. Bradley) தத்துவத்துக்கு: உலகின் அனைத்து புகழுமே இறுதியில் வெறும் தோற்றம் மட்டுமே என்பது உண்மையில் அதற்கு மேலும் புகழ் சேர்க்கிறது, அப்புகழ் அதைக் காட்டிலும் முழுமையான மகோன்னதத்தின் வெளிப்பாடு என்பதை நாம் உணரும் பட்சத்தில். இந்த முழுமையான அற்புதம் என்ன என்பது பிந்தைய குவார்டெட்ஸ்களில்தான் வெளிப்படுத்தப்படும், பர்ன்ட் நார்டன் கவிதை அதை விசுவாசத்தின் அர்ப்பணிப்புடன் வலியுறுத்தத் துணியவில்லை. இப்போதைக்கு அம்முழுமை "அணுக்களின் நிறமற்ற இயக்கமோ" உலத்தோடு ஒட்டொழுகாத "ரத்தவோட்டமிலா வகைகளின் அப்பட்டமான பாலே

நடனமோ" அல்ல என்பதைக் கண்டெடுப்பதில் அது திருப்தி அடைகிறது. அதனால்தான் ரிக் வேதத்தின் "இதுவுமதுமல்லாத" உத்தியைக் கொண்டு (*Neither: flesh / fleshless, from/ towards, still / dance* இத்யாதி) நிஜ அனுபவத்தில் இன்னமும் வார்த்தைகளில் சொல்லமுடியாததாகவே இருப்பதைக் கவிதையில் சொல்ல முனைகிறது. ரோஜாத் தோட்ட தரிசனம் இப்போது பகுப்பாய்வு செய்யப்பட்டு, அதன் காலமற்ற பிரகாசத்தை அதனுடன் பகிர்ந்து கொள்ளும் நிஜ வாழ்வனுபவங்களைக் கொண்டு விரிவாக்கப்படுகிறது. "*Protects mankind from heaven and damnation / Which flesh cannot endure*" என்பது கவிதையின் முதல் அசைவில் வந்த "*human kind/Cannot bear very much reality*" வரியை எதிரொலிக்கிறது. காலமற்றதைக் காலத்தினுள் உணர்ந்திருப்பது என்பது, மகத்தான எவ்வனுபவமுமே மெய்யான நித்தியத்தின் "எதிரொலிக்கப்பட்ட பரவசமே" என்று உணர்ந்துகொள்வதற்கான முதல்படியாகும்.

To be conscious is not to be in time
But only in time can the moment in the rose-garden,
The moment in the arbour where the rain beat,
The moment in the draughty church at smokefall
Be remembered; involved with past and future.
Only through time time is conquered.

விழிப்புடன் இருப்பதென்பது காலத்தில் இல்லாதிருப்பது போல்.
ஆனால் காலத்தில் மட்டுமே ரோஜா—தோட்டத்துக் கணம்,
மரத்தோட்டத்தில் மழை அடித்த கணம்
அந்தியின் பனிமூட்டத்தில் காற்றோட்டமான தேவாலயம்
நினைவுகூரப்படும் கணம்; கடந்த காலத்தையும் வருங்காலத்தையும் நினைவில் கொள்வது.
காலத்தின் வழியேதான் காலம் வெல்லப்படுகிறது.

ஃபோர் குவார்ட்டெட்ஸ்-இன் மூன்றாவது மூவ்மெண்ட்கள் அனைத்துமே உணர்வுகளை இசைத்தன்மையுடன்

வெளிப்படுத்தும் நான்காவது மூவ்மெண்டிற்கு பாலமாக அமைந்திருக்கின்றன என்று பொதுமைப்படுத்தலாம். முந்தைய அசைவுகள் அறிமுகம் செய்து வார்த்தெடுத்த முரண்படும் கருப்பொருட்களுக்கு இடையே ஒரு விதமான நல்லிணக்கத்தை ஏற்படுத்த அது உதவுகிறது, மேற்கத்திய செவ்வியல் இசையில், குவார்ட்டெட் மூவ்மெண்ட் ரான்டோவுக்கான ஆயத்தங்களைச் செய்வது போல். இது இரண்டு பகுதிகளை உள்ளடக்கியது, அவ்விரண்டு பகுதிகளுக்கிடையே மீட்டரில் *(Metre)* எந்த மாற்றமுமே இல்லாது தொனி மாற்றம் கொள்கிறது. பாழ்நிலத்தின் லண்டனிலும் எஸ்ரா பவுண்டின் மெட்ரோ நிலையத்திலும் நாம் மீண்டும் இருத்தப்படுகிறோம். நிலத்துக்குக் கிழே ஓடும் லண்டன் டியூபின் பயணிகள், அதாவது "*Petals on a wet, black bough*" அல்லது "*bits of paper whirled by the cold wind*" போன்ற வரிகள் அடையாளப்படுத்தும் மாந்தர்கள் ஒரு விதமான லிம்போ போன்ற இரண்டுங்கெட்டான் இடத்தில் "கவனச்சிதறலிலிருந்து கவனச்சிதறலால் கவனம் சிதறுகிறார்கள்". ஆனால் பாதாள உலகுக்கு இறங்குதலில் இருக்கும் தவிர்க்கமுடியாமை இங்கு, கர்த்தரை கால்வரிக்கு *(calvary)* இட்டுச் செல்லும் பாதையில் அமைந்திருக்கும் ஓர் "நிலையமாக" *(station)* , உயரவைக்கும் மீட்சிப் பாதையின் இடைநிறுத்தமாக ஏற்றுக்கொள்ளப்படுகிறது. *Murder in the Cathedral* நாடகத்தில் அதன் நாயகன் தாமஸ் பெக்கெட்டின் வார்த்தைகளை நோக்கியே கவிதை நகர்கிறது: "*What was once exaltaion / Would only mean descent*". ஆனால் பேரானந்தத்திலிருந்து வெளியேற்றப்பட்டிருப்பதும், அதனால் ஏற்படும் உலர்தலும் கடக்கப்படாமல் (கடப்பை விழையாமல்?) மீட்பிற்கான சடங்குகளாக ஏற்றுக்கொள்ளப்பட்டு, உலகின் பாரம் சுமக்கப்பட வேண்டும்:

the world moves
In appetency, on its metalled ways
Of time past and time future.

கடந்த காலம் வருங்காலம் என்ற
அதன் உலோக வழிகளில், உலகம் உழல்கிறது
பேராசையில்.

குவார்ட்டெட்ஸ்-இன் நான்காவது அசைவுகளில் கவிதையின் மைய உணர்வுகள் பாட்டுத்தன்மையுடன் மறைமையான வழியில் படிகப்படுத்தப்படுகின்றன. ஆனால் இரண்டு வரிகள் கொண்ட கப்லெட் கருத்தை முன்வைப்பது, அதற்குப் பின் வரும் பகுதி பதிலளிப்பது போல் அதைக் கேள்விக்குட்படுத்துவது, இறுதி வரிகளில் ஒரு விதமான தீர்வைக் கண்டடைவது என்று கவிதையின் உருவம் தெளிவாகவே வரையறுக்கப் பட்டிருக்கிறது. அவ்வுருவத்தைச் சற்றே கூர்ந்து நோக்கினோமானால், எலியட் பேச்சுமொழியின் இயல்பான நான்கு அழுத்தங்கள் (stress) கொண்ட வரியை யாப்பிற்குள் பொருத்துவதற்காக எவ்வாறு மிகச் சாதுரியமாக வழக்கமான இயாம்பிக் பெண்டா மீட்டரிலிருந்து விலகி (ஒரு அசையை (சிலபில்) இழப்பதன் மூலம்) அதற்கே மீண்டும் திரும்புகிறார் என்பதை உணர்ந்து கொள்வோம்:

Time and the bell have buried the day,
the black cloud carries the sun away

காலமும் மணியும் நாளைப் புதைத்துவிட்டன
கருமேகமோ தூக்கிச் செல்கிறது சூரியனை

என்ற வரிகளுக்கு, உணர்வுகளை இயற்கையின்மீது திணிக்கும் ரொமாண்டிசிஸத்தின் பாதெடிக் ஃபாலசிகளுக்கு (pathetic fallacies) திரும்ப விழையும் ஒரு கேள்வியே பதிலளிக்கிறது (அதன் சூரிய மலர் மற்றும் க்ளிமேடிஸ் இறையியல் அர்த்தங்களைக் கொண்டிருந்தாலும்.)

Will the sunflower turn to us, will the clematis
Stray down, bend to us;

சூரியகாந்தி நம் பக்கம் திரும்புமா, க்ளெமாடிஸ்
வழிதவறி, கிழே வளையுமா நம்மை நோக்கி;

ஆனால் ஏறுமுக விருப்புறுதியானது பின்வரும் குளிரால் இறக்கப்படுகிறது:

Chill
Fingers of yew be curled
Down on us?

யூ மரத்தின் சில்லிட்ட
விரல்கள் நம் மீது
கீழே சுருளுமா?

மேலே உயரும் வழி கீழே இறங்கும் வழியால் பிரதிபலிக்கப்படுகிறது, பாடும் மீன்கொத்திப் பறவையின் கவித்துவ அலகை மௌனம் சமன்செய்வது போல். இது ஒருவிதமான ஜென் முடிவைத் தருவித்துக் கொள்ள உதவுகிறது. அதில்:

the light is still
At the still point of the turning world.

சுழலுலகின் அசையா புள்ளியில்
ஒளி அசைவற்று நிற்கிறது.

குவார்டெட்ஸ்சின் ஐந்தாம் அசைவு பொதுவாக முந்தைய இயக்கங்களின் கருப்பொருட்களை மறுபரிசீலனை செய்து முதல் அசைவு அறிமுகம் செய்துவைத்த முரண்களைப் பிணைத்து தீர்வைக் கண்டடைய முயல்கிறது. இரண்டு பகுதிகளாக விரியும் அசைவு முதல் பகுதியின் பேச்சு வார்த்தைகளிலிருந்து அடுத்த பகுதியின் அடுத்தடுத்து வரும் படிமங்களுக்கு உருமாறி தொடக்கத்தை நினைவுகூரும் வழியில் முடிகிறது. கவிதையின் வார்த்தைகளிலிருந்து பாலைவனத்தின் வார்த்தைகளுக்குச் செல்லும் இம்மாற்றத்தின் இறுதி இலக்கென்ன? அதை அடைவதற்கு அது எவ்வாறு இன்னமும் உருமாற வேண்டும்? குவார்டெட்ஸின் பிற்காலக் கவிதைகளிலிருந்து பின்னோக்கிப் பார்க்கும்போது, சொல் சதையாக மாறும் இறைமையின் அவதரித்தலே (incarnation)

அதன் இலக்கு என்று நாம் பதிலளிப்போம், ஆனால் நம்மை நாமே முந்திச் செல்வதைத் தவிர்த்து சற்று பொறுமை காப்போம். இறையியல் கோடிகாட்டப் பட்டாலும் ஸ்திரமான முடிவுக்கு வார்த்தெடுக்கப் படவில்லை. எனவேதான் கவிதையின் தீர்மானம் தீர்மானமற்ற இரண்டுகெட்டான் நிலையில் தத்தளிக்கிறது. அதில் கதிரொளி தூசியிலும், தழைகளில் இருக்கும் குழந்தைகளின் ஏடன் தோட்டத்துச் சிரிப்பு கடந்தகாலம் வருங்காலம் என்று எப்போதைக்கும் நீளும் "சோகமான காலத்திலும்" அமிழ்கிறது.

Sudden in a shaft of sunlight
Even while the dust moves
There rises the hidden laughter
Of children in the foliage
Quick now, here, now, always-
Ridiculous the waste sad time
Stretching before and after.

சூரிய ஒளிக்கற்றையில் திடீரென
தூசி பறந்து கொண்டிருந்தாலும்கூட
பசுந்தழைகளில் வெடிக்கிறது
குழந்தைகளின் சிரிப்பு மறைவாக
சீக்கிரம் சீக்கிரம், இங்கே, இப்போது, எப்போதும்—
முன்னேயும் பின்னேயும் நீண்டு செல்லும்
வீணடிக்கப்படும் சோகமான காலம் கேலிக்குறியது

அசைவு II : ஈஸ்ட் கோக்கர் (East Coker)

ஈஸ்ட் கோக்கர் என்பது எலியட்டின் முன்னோர்கள் இரண்டு நூற்றாண்டுகளுக்கு மேலாக வசித்த, சோமர்செட்டில் உள்ள ஒரு கிராமமாகும். 1937-இல் அதற்குப் பயணப்பட்ட எலியட் பல தசாப்தங்களுக்குப் பிறகு அதன் செயின்ட் மைக்கல் தேவாலயத்தில் அடக்கம் செய்யப்படுவார். ஆரம்பங்கள், முடிவுகள், உலகின் சுழற்சி இயல்பு ஆகியனவற்றைப் பற்றிய கவிதையிது. பர்ன்ட் நார்டனின் அடையாளம் காற்றென்றால்

(Air) மண்ணும் நிலமுமே (Earth) ஈஸ்ட் கோக்கர் கவிதையின் அடையாளங்கள். மேரி ஸ்டூவர்ட்டின் இலக்கு வாசகத்தை (En mon fin est mon commencement) தலைகீழாக்கும் அதன் இசைத்தன்மைமிக்க அபாரமான ஆரம்பம், உலகின் தற்காலிகத்தன்மையை அடிக்கோடிட்டுக் காட்டும், அதன் மாறிக்கொண்டே இருக்கும் அலைக்கழிப்பு, தொடர்வு மற்றும் சிதைவைக் கைப்பற்றுகிறது. வீடுகள் உயர்ந்து வீழ்கின்றன என்பது நிதர்சனமான உண்மையின் எளிய அறிக்கையாக (அவை வாழ்ந்து மறைகின்றன) இருந்தாலும் அதில் தார்மீகமும் பொதிந்திருக்கிறது (மேரியின் அராஸ் திரை கந்தலாகிவிட்டது, அவர் இலக்கு வாசகமும் தற்போது மௌனம் காக்கிறது). உரோமமும் மலமும் ("Fur and feces") பிந்தைய குவார்ட்டெட்டின் சாணத்தையும் மரணத்தையும் (Dung and Death) முன்னறிவிக்கின்றன.

Old stone to new building, old timber to new fires,
Old fires to ashes, and ashes to the earth
Which is already flesh, fur and faeces,
Bone of man and beast, cornstalk and leaf.
Houses live and die:

பழைய கல்லிலிருந்து புதிய கட்டிடத்திற்கும், பழைய வெட்டுமரத்திலிருந்து புதிய தீக்களுக்கும்
பழைய தீக்களிலிருந்து சாம்பலுக்கும், சாம்பலிருந்து மண்ணிற்கும்.
மண்ணோ ஏற்கனவே
சதை, ரோமம், மலம்
மனித மற்றும் விலங்கின் எலும்பு, சோளத்தண்டு மற்றும் இலையாய்
ஆகிவிட்டிருப்பது.
இல்லங்கள் வாழ்கின்றன மறிகின்றன:

ஆனால் ஆங்கில யாப்பிலக்கணத்தின் பார்வையிலிருந்து நோக்குகையில் முதல் சரணம் சரியாக முடிக்கப்படவில்லையோ என்ற சந்தேகம் எழலாம். அதன் பதின்மூன்று வரிகள் அதை ஸானெட்டாக மாற்றும் பதினான்காவது வரியைக் கோருகின்றன.

சொல்லப்போனால், அடுத்த சரணத்தைத் தொடங்கி வைக்கும், கவிதையின் முதல் வரியுடன் ஒன்றும் வரியே அதைக் கச்சிதமாக முடித்துவைக்கும் முகட்டுக்கல்லாக இருந்திருக்கலாம். ஆனால் அப்படிச் செய்யாது அதை பதிமூன்றாவது வரியில் எலியட் முடித்திருப்பது நம்மைச் சற்று சிந்திக்க வைக்கிறது. அழித்தொழிக்கும் காலத்திலிருந்து தப்பிக்க இயலாத நிலையா உலகம், கலையிலும் (அதாவது சானெட்டின் பூர்ணத்துவத்தில்) நிலைத்திருக்க முடியாது. மலமும் சாணமும் என்ற அதன் நிர்ணயிக்கப்பட்ட முடிவில் அது அழிந்தாக வேண்டும் என்பதே அம்முடிவுறாத சானெட்டின் உட்கிடை.

முதல் சரணத்திலிருந்து வேண்டுமென்றே தவிர்க்கப்பட்ட வரியுடன் தொடங்கும் அடுத்த சரணத்தில் இடம், காலம் குறித்த பொதுமைகள் ஒரு குறிப்பிட்ட நிகழிற்கு (கிளைகளால் மூடப்பட்டிருக்கும் நீண்ட பாதைகள், நவீனத்தை சுட்டும் வான் வண்டி, இத்யாதி) உருமாற்றப்படுகிறது. வசியம் செய்யும் மின்சார வெப்பம், புழுக்கமான வெளிச்சம், தூங்கிவழியும் டாலியா பூக்கள் ஒருவிதமான மந்தநிலையை உருவாக்குகின்றன. ஆழ்ந்த அர்த்தங்களேதும் இல்லாத அம்மந்தநிலை அதிகாலை ஆந்தையின் வருகைக்காகக் காத்துக் கிடக்கிறது.

எலியட்டின் பதினாறாம் நூற்றாண்டின் மூதாதையரான சர் தாமஸ் எலியட்டின் வார்த்தைகளைப் பயன்படுத்தி (The Boke Named the Governour என்ற புத்தகத்திலிருந்து) அடுத்த சரணம் நிகழ்காலத்திலிருந்து கடந்த காலத்துக்கு நகர்ந்து கிராமத்துத் திருமணத்தின் நடனச் சடங்கொன்றைக் காட்சிப்படுத்துகிறது:

Round and round the fire
Leaping through the flames, or joined in circles,
Rustically solemn or in rustic laughter

தீயைச் சுற்றி சுற்றி வலம்வந்து

பிழம்புகளைத் தாவி அல்லது வட்டமாகக் கோத்து

நாட்டுப்புற சடங்கின் புனிதத்துடன் அல்லது வயற்காட்டுச் சிரிப்பொலியுடன்

என்ற வரிகள் அவரது மூதாதையரின்

In daunsinge, signifying matrimonie⁻
A dignified and commodious sacrament.
Two and two, necessarye coniunction

இல்லறத்தைச் சுட்டும் ஆடலில்
கண்ணியமிக்க விசாலமான புனிதச் சடங்கு
ரெண்டு ரெண்டாக, அத்தியாவசியமான பிணைப்பைச் சுட்டியபடி

வரிகளுக்கு உறுதிமொழியளிப்பது போல் தோன்றலாம்.
ஆனால் அடுத்து வருவது இதைத் திருத்துகிறது:

Lifting heavy feet in clumsy shoes,
Earth feet, loam feet, lifted in country mirth
Mirth of those long since under earth
Nourishing the corn

நயமற்ற காலணிகளில் கனமான பாதங்களை உயர்த்தியபடி
நாட்டுப்புறக் கொண்டாட்டத்தில் தூக்கப்படும் மண்பாதங்கள், களிமண் பாதங்கள்
மண்ணிற்கு அடியே நெடுங்காலமாகப் புதைந்து கிடப்பவர்களின் கொண்டாட்டம்
சோளத்தைப் போஷித்தபடி

என்ற வரிகள் தாளத்துடன் இயங்கும் வாழ்வின் நடனத்தைச் சாவின் நடனமாக மிகத் தெளிவாகவே மாற்றியமைக்கின்றன:

The time of the seasons and the constellations
The time of milking and the time of harvest
The time of the coupling of man and woman
And that of beasts. Feet rising and falling.
Eating and drinking. Dung and death.

பருவங்கள் மற்றும் விண்மீன்களின் காலம்
கறத்தல் மற்றும் அறுவடையின் காலம்
ஆணும் பெண்ணும் விலங்கும் புணரும் காலம்,
உயர்ந்து வீழும் பாதங்கள்.
உண்ணுதல் பருகுதல். மலம் மரணம்.

பர்ன்ட் நார்டனின் இரண்டாவது அசைவைப் போல் இக்கவிதையின் இரண்டாவது அசைவும் ஒழுங்கற்ற சந்தநயத்தைக் கொண்டிருக்கும் ஆக்டோசிலபிக் வரிகளால் கட்டமைக்கப்பட்டிருக்கிறது. மேலை இலக்கிய மரபின் பாதெடிக் ஃபாலசிக்களின், கன்னத்தில் நாக்கை அதுக்கியபடி, பகடி செய்வதாகவே இவ்வரிகளை நான் அர்த்தப்படுத்திக் கொள்கிறேன். அதில் பருவங்களின் குழப்பம், சண்டையிடும் விண்மீன் குழுக்கள் ஆகியவை நெருப்பால் அழிக்கப்பட்டு பனிக்கட்டிக்குள் புதைந்து கிடக்கும் இயற்கையின் முடிவைச் சுட்டிக்காட்டுகின்றன. ஆனால் இது திருப்தியற்றதாகப் புறந்தள்ளப்படுகிறது:

That was a way of putting it – not very satisfactory:
A periphrastic study in a worn-out poetical fashion,
Leaving one still with the intolerable wrestle
With words and meanings. The poetry does not matter.
It was not (to start again) what one had expected.

அதுவும் ஒரு வகையான மொழிதல் எனலாம்– ஆனால் திருப்திகரமானதல்ல
இன்னமும் சொற்கள் அர்த்தங்களுடன் தாளவொண்ணா மல்யுத்தத்தில் ஒருவரை
விட்டுச்செல்லும்
ஓய்ந்துபோன கவிதைப் பாணியில் செய்யப்பட்ட புறநிலை ஆய்வு.
கவிதை ஒரு பொருட்டே அல்ல.
அது (மீண்டும் ஆரம்பத்திலிருந்து சொல்ல வேண்டுமானல்) எதிர்பார்த்ததைப்
போலில்லை.

பின்வருபவை இந்தக் கண்டுபிடிப்பின் வளர்ச்சியே, ஆங்கில மறுமலர்ச்சிக் கவிதை இறுதியில் அலட்சியமான, பகைமைகள்

நிரம்பிய, விரோதமான இயற்கை உலகுக்கு எதிராக ஒரு ஸ்திதமான அழகியல் அணுகுமுறையை மட்டுமே பயன்படுத்துகிறது. அனுபவத்திலிருந்து பெறப்பட்ட அறிவைக் கொண்டு, ஒரு பொய்யான ஒழுங்குக்கு இட்டுச் செல்கிறது, ஆனால் அது இன்னும் காலப்போக்கில் மாறக்கூடியதாக உள்ளது. இவ்வகையான கவிதைகள் வெறும் *"receipts for deceits"*-களை மரபுரிமையாக வழங்குகின்றன. அவற்றின் அமைதியான தோற்றம் "திட்டமிட்ட சோர்வளிக்கும் செயலின்மைக்கு" அந்த "பழைய உலோக வழியில்" மேற்கொள்ளப்படும் மற்றொரு பயணமே. எனவேதான்:

Useless in the darkness into which they peered
Or from which they turned their eyes.

உற்று நோக்கிய இருளில் பயனற்று நின்றபடி
அல்லது கண்களால் அதைத் தவிர்த்தபடி

இச்சிக்கலும் அதன் தீர்வுக்கான தேடலும் ஒரு குறிப்பிட்ட இலக்கை நோக்கிச் செல்கின்றன: நம் அத்வைத மரபில் வியாவஹாரிகா ப்ரதிபாசிகா சத்யங்கள் இரண்டுமே மாயை என்று ஒதுக்கப்படுகின்றன. கவிதையும் இந்தப் புள்ளிக்குத்தான் வந்துசேர்ந்திருக்கிறது. நாம் அறிந்துகொண்டது அனைத்துமே மாயை என்று ஏற்றுக்கொள்ளும் பணிவின் தாழ்மைக்கு. ஆனால் இதை அறிந்திருப்பதே மாயையிலிருந்து விடுபடுவதற்கான பாதையில் கவிஞரை இருத்தும் ஞானமாக அமைகிறது:

The only wisdom we can hope to acquire
Is the wisdom of humility: humility is endless.

பணிவெனும் ஞானமே நாம் அடையக்கூடிய
ஒரே ஞானம்; பணிவோ முடிவற்றது

காலத்தில் கட்டுண்டிருக்கும் மானுட யதார்த்த உண்மைகள் (அதாவது முந்தைய சரணங்களில் நாம் எதிர்கொண்ட

வீடுகளும், ஆடுவோரும்) அனைத்துமே அதைக்காட்டிலும் மேலான காலமற்ற மெய்மையால் மூழ்கடிக்கப்படுகிறது. நெகிழவைக்கும் இவ்வுண்மையின் ஏற்புடன் இந்த அசைவு முடிவடைகிறது.

The houses are all gone under the sea.
The dancers are all gone under the hill.

வீடுகள் அனைத்தும் கடலுக்கடியே போய்விட்டன.

நடனக் கலைஞர்கள் அனைவரும் மலைக்கடியே சென்றுவிட்டனர்.

பர்ன்ட் நார்ட்டன் கவிதையின் மூன்றாவது அசைவில் நாம் கண்ட சுரங்கத்து இருளைப் பிரதிபலிப்பதுபோல் ஈஸ்ட் கோக்கரின் மூன்றாம் அசைவு, சாம்சனின் (அல்லது அவனை படைத்த மில்டனின்) இருளுடன் தொடங்கி, பாழ்நிலம் "undone many" என்று வரையறுத்தவர்களின் இருளுக்குச் சென்று (அவர்களின் பட்டியல் ஒரு பகடி வருகைப் பதிவைப் போல் தொனிக்கிறது) மூன்று விதமான இருள்களின் (நிலத்தடி ரயில் நிலையம், நாடக அரங்கம், அறுவையரங்கு) விவரணையுடன் முடிகிறது. இருளை ஏற்றுக்கொள்வதே இங்கு வலியுறுத்தப்படுகிறது; இறங்கிவரும் இருளுக்காக பணிவுடன் காத்திருந்து, கடப்புச் சடங்கின், கடவுள் அருளிய சுத்திகரிக்கும் இருளாக அதை நாம் ஏற்கவேண்டும். பர்ண்ட் நார்ட்டனில் முணுமுணுக்கப்பட்ட இருள் (twittering) இப்போது இருட்டடிப்பாக மிகத்தெளிவாகவே அடையாளப்படுத்தப்படுகிறது. அதிலிருந்து வெளியே இட்டுச் செல்லும் பாதை நம்மை வெளிச்சத்திற்கே இட்டுச் செல்வதாக இருக்கும் என்ற நம்பிக்கையும் இங்கு முன்வைக்கப்படுகிறது.

இருளில் நம்பிக்கையின்றிப் பற்றிக்கொள்ளும் உலகிலிருந்து பற்றவிழ்த்து விடுபடுவதற்காகக் காத்திருப்பதுகூட ஒருவிதத்தில் விடுதலையளிப்பதாக இருக்கலாம்: பாப் டிலனின் பாடல்வரி கூறுவதுபோல் "கையில் ஏதுமில்லாதபோது, இழப்பதற்கும் ஏதுமில்லை" அல்லது ஜானிஸ் ஜாப்லின் பாடல் வரையறுத்தது போல் "இழப்பதற்கு ஏதுமில்லை என்பதற்கான மறுபெயர்தான் சுதந்திரம்".

I said to my soul, be still, and wait without hope
For hope would be hope for the wrong thing; wait without love,
For love would be love of the wrong thing; there is yet faith
But the faith and the love and the hope are all in the waiting.
Wait without thought, for you are not ready for thought:
So the darkness shall be the light, and the stillness the dancing.

ஆன்மாவிடம் கூறினேன், அமைதியாய், எதிர்பார்ப்பின்றி காத்திரு
ஏனெனில் எதிர்பார்ப்பு தவறான ஒன்றிற்கான எதிர்பார்ப்பாய் இருக்கும் என்பதால்;
காத்திரு காதலின்றி
ஏனெனில் காதல் தவறான ஒன்றிற்கான காதலாய் இருக்கும் என்பதால்; இன்னமும்
இருப்பதோ நம்பிக்கை
ஆனால் நம்பிக்கை காதல் எதிர்பார்ப்பு அனைத்துமே காத்திருத்தலில் தான்
இருக்கிறது
காத்திரு சிந்தினையின்றி, ஏனெனில் சிந்தனைக்கு இன்னமும் தயாராக இல்லை நீ:
இருள் ஒளியாவதற்கு அசைவின்மை நடனமாவதற்கு

எதிரொலித்த பரவசங்கள், முந்தைய கவிதைகளின் ஹயாசிந்த், ரோஜா தோட்டங்களிலிருந்து வடித்தெடுக்கப்பட்ட காலப் புள்ளிகள் இப்போது மிக அமைதியாக, உயர்ந்த ஒன்றின் பிரதிபலிப்பாக அங்கீகரிக்கப்படுகின்றன. ஆனால் அதன் பிறப்போ முதலில் இறப்பைக் கோருகிறது:

The laughter in the garden, echoed ecstasy
Not lost, but requiring, pointing to the agony
Of death and birth.

தோட்டத்தில் சிரிப்பொலி, எதிரொலிக்கப்பட்ட பரவசம்
இழக்கப்படாது, ஆனால் பிறப்பு இறப்பு இரண்டிலும் இருக்கும்
வேதனையைச் சுட்டியபடி, அவற்றைக் கோரியபடி

நாலாம் அசைவு ஒரு கடைந்தெடுத்த மீப்பொருண்மைப் பாட்டு; அதில் கவிதையின் குறியீடும் சமயமும் செயிண்ட் ஜான் ஆஃப் தெ கிராஸின் வியா நெகடிவா பாணியில் (*via negativa*, எதிர்மறையின் வழியே -ஓ! வழிநடத்திய இரவே,/ ஓ! விடியலைக் காட்டிலும் ரம்யமான இரவே இத்யாதி) பிணைக்கப்படுகிறது. மூன்றாம் அசைவின் மருத்துவமனையே இப்பாடலின் களம், குறிப்பாக முதலில் அது நோயே நிவாரணியாக முன்வைக்கப்பட்டு, டாக்டர் (கிறிஸ்துவைச் சுட்டும் காயமுற்ற அறுவைசிகிச்சை நிபுணர்) தன்னையே குணப்படுத்திக் கொள்ளும்படி கேட்டுக்கொள்ளப்படும் அதன் ஆபரேஷன் தியேட்டராகவும், பின்னர் முழு உலகையுமே உள்ளடக்கிய வெளியாகவும் விரிகிறது. கவிதை வரம்புகளை விருப்புறுதியுடன் மீற முற்படும் மிக நுட்பமான தன்நம்பிக்கைமிக்க கவிதை வரிகள் இவை: பிடிகொடுக்காத க்ரிம்பென்னின் (grimpen) விளிம்புகளைக் கடந்து நம்பிக்கை எனும் பாறையில் காலூன்ற முயலும் வரிகள். கிறிஸ்துவின் பேரார்வம், அவரது இறப்பின் வேதனை பிறப்பின் பரவசம் ஆகியவற்றின் அவசியத்தையும் நன்மையையும் வலியுறுத்துவதாக இந்நம்பிக்கை அமைந்திருக்கிறது.

The dripping blood our only drink,
The bloody flesh our only food:

சொட்டும் ரத்தமே நம் ஒரே பானம்
குருதி தோய்ந்த சதையே நம் ஒரே உணவு:

ஆனால் சொல்வதைவிட அதைச் செயற்படுத்துவது கடினமாக இருக்கிறது. எனவேதான் இறுதி வரிகளின் வறண்ட தூக்குமேடை நகைச்சுவை:

In spite of which we like to think
That we are sound, substantial flesh and blood-
Again, in spite of that, we call this Friday good

அப்படி இருந்தும்கூட நினைத்துக்கொள்ள விரும்புகிறோம்
நாம் திடமான, சாரமிக்க சதையும் குருதியுமால் ஆனவர்களென்று–
மீண்டும், அப்படி இருந்தும்கூட, இவ்வெள்ளியைப் புனித வெள்ளி என்றழைக்கிறோம்.

ஐந்தாம் அசைவின் முதல் பகுதி, நான் ஒருமுறை நண்பர் ஒருவரிடம் கூறினேன், தாங்கள் கிறுக்கித்தள்ளும் வெற்று வரிகள் அனைத்துமே கவிதாதேவியின் உச்சரிப்புகள் என்ற மமதையில் திரியும் முகநூல் கவிஞர்கள் அனைவருமே கட்டாயமாகப் படித்தாக வேண்டிய பகுதி என்று. அதில் கடந்த நூற்றாண்டின் தலைசிறந்த கவிஞரொருவர் இரண்டு போர்களுக்கிடையே அவர் படைத்த மறுக்க முடியாத மகோன்னத்துவம் நிறைந்த கவிதையை ஈஸ்ட் கோக்கரின் முந்தைய அசைவில் கண்டெடுத்த பணிவுடன் நெகிழ்வூட்டும் வகையில் மதிப்பிடுகிறார். நம் சூழலுக்கு முக்கியமானதென்று கருதுவதால் (குறிப்பாக உணர்ச்சிகளில் துல்லியமின்மை, ஒழுங்கமைக்கப்படாத உணர்வுப் பட்டாளங்களைப் பற்றிப் பாடும் அக்கடைசி இரண்டு வரிகள்) அதை இங்கு முழுதாய் மேற்கோள் காட்டுகிறேன்:

So here I am, in the middle way, having had twenty years-
Twenty years largely wasted, the years of l'entre deux guerres-
Trying to use words, and every attempt
Is a wholly new start, and a different kind of failure
Because one has only learnt to get the better of words
For the thing one no longer has to say, or the way in which
One is no longer disposed to say it. And so each venture
Is a new beginning, a raid on the inarticulate,
With shabby equipment always deteriorating
In the general mess of imprecision of feeling,
Undisciplined squads of emotion

ஆக இதோ இங்கே, இருபது வருடங்களுக்குப் பிறகு, நடுவழியில் வந்து நிற்கிறேன் பெரும்பாலும் வீணடிக்கப்பட்ட இருபது வருடங்கள், இரு போர்களுக்கிடையே கழிந்த வருடங்கள்,
வார்த்தைகளைப் பயன்படுத்த முயற்சித்து, ஒவ்வொரு முயற்சியும் முற்றிலும் புதிய தொடக்கமாய், வேறு விதமான தோல்வியாய் ஏனெனில் இன்னமும் சொல்ல வேண்டாததையும் அல்லது இன்னமும் சொல்ல விரும்பாததையும் சொல்வதற்கான
வார்த்தைகளை மட்டுமே கற்றுக் கொள்கிறோம் என்பதால்.
எனவேதான் ஒவ்வொரு துணிகரமும் ஒரு புதிய தொடக்கமாக, வார்த்தைகளில் வடிக்க முடியாததை கைப்பற்றும் முயற்சியாக, உணர்ச்சிகளின் கட்டுப்பாடற்ற குழுக்களாலும்
உணர்வின் துல்லியமின்மையின் பொதுவான குழப்பத்தாலும், எப்போதுமே மோசமாகிக் கொண்டிருக்கும் பழுதடைந்த உபகரணங்களுடன்...

பின்வருவதோ மேலும் நெகிழ்வூட்டுவதாக அமைந்திருக்கிறது. கவிதை சுயத்திலிருந்து சமூகத்திற்கும், நானிலிருந்து நாமிற்கும் செல்கையில், மாபெரும் கவிஞரான எலியட் அவரது மரபின் *"il miglior fabbros"* முன் மண்டியிடுகிறார் (men whom one cannot hope /To emulate) :

> There is only the fight to recover what has been lost
> And found and lost again and again: and now, under conditions
> That seem unpropitious. But perhaps neither gain nor loss.
> For us, there is only the trying. The rest is not our business.

தொலைந்து கண்டுபிடிக்கப்பட்டு மீண்டும் மீண்டும் தொலைவதை மீட்பதற்கான போராட்டம் மட்டுமே உள்ளது: அதுவும் இப்போது,
சாதகமற்ற சூழலில். ஆனால் லாப நஷ்டமல்ல
நமக்கோ, முயற்சி மட்டுமே உள்ளது. மிச்சதெல்லாம் நம் பாடல்ல.

உண்மையான மனத்தைத் துளைக்கும் அழகான வரிகள்.

ஐந்தாவது அசைவில் நாம் மீண்டும் தொடக்கத்துக்கே திரும்ப வந்துவிட்டோம், ஆனால், வீடுகள் இப்போது இல்லங்களாக மாறிவிட்டன. இங்கிலாந்து போரில் ஈடுபட்டிருப்பதால், அவ்வில்லங்கள் மேலதிகமான சமூக அழுத்தங்களைப் பெறுகின்றன. கவிஞரின் தனிப்பட்ட வாழ்க்கையின் உடனடி அன்றாடக் கோரிக்கைகள் (அவரது பிரதமரால் வலியுறுத்தப்பட்ட "வியர்வை, இரத்தம் மற்றும் கண்ணீர்" கோரிக்கை) மற்றொரு அர்த்தத்தில் கவிதையால் வலியுறுத்தப்படும் பற்றற்ற பணிவுடன் ஒன்றிப் போவது அபாரமானது. நட்சத்திர ஒளியின் கீழ் மீட்கப்படும் பொதுக் காலம் (வரலாறு, history), விளக்கு வெளிச்சத்தின் கீழ் மீட்கப்படும் தனிப்பட்ட காலமும் (his-story) இரண்டுமே காலமற்றதுடன் ஒன்றித் தீர்வடைய வேண்டும். போர்க்காலத்தில் நாம் நமது தாயகத்துக்காக ஒரு சமூகமாக ஒன்றிணைவதுகூட மற்றொரு வர்ட்ஸ்வொர்த்திய "காலப் புள்ளியே". காலமற்றதுடன் அதைக் காட்டிலும் தீவிரமாக ஒன்றிணைந்து எதிரொலிக்கும் பரவசமாக மாறுகையில்தான் அது அர்த்தப்படுகிறது:

> Here or there does not matter
> We must be still and still moving
> Into another intensity
> For a further union, a deeper communion
> Through the dark cold and the empty desolation,
> The wave cry, the wind cry, the vast waters
> Of the petrel and the porpoise. In my end is my beginning.

இங்கா அங்கா என்பது ஒரு பொருட்டல்ல
நாம் அசைவற்றிருக்க வேண்டும். பெயரவும் வேண்டும்
மற்றொரு செறிவிற்குள்,
மற்றொரு சங்கமத்திற்கு, மேலும் ஆழமானதொரு நற்கருணைக்கு

இருண்ட குளிர் மற்றும் வெறித்த பாழ்மையினூடே
அலையின் குரல், வளியின் குரல், கடற்பறவை,
திமிங்கிலத்தின் அகண்ட நீர்வெளிகள். என் முடிவிலுள்ளது என் ஆரம்பம்.

அசைவு III : டிரை சால்வேஜஸ் (Dry Salvages)

குறிப்பு விளக்குவதுபோல் டிரை சால்வேஜஸ் என்பது "மாசசூசெட்ஸின் கேப் ஆனின் வடகிழக்கு கடற்கரையில் ஒரு கலங்கரை விளக்கத்துடன் கூடிய பாறைகளின் சிறிய குழு" ஆகும். பெயருக்கு ஏற்றாற் போல் கவிதை கடல், மாலுமிகள், படகுகள் மீனவர்கள் மற்றும் பிற கடலோரப் படிமங்களால் நிரம்பியுள்ளது. சொல்லத் தேவையில்லாமல் அதன் அடையாளம் நீர் என்பதை நாம் முதலிலேயே உணர்ந்து கொள்கிறோம். கவிதையின் முதல் அசைவு சொல்லிவைத்தது போல் அதனுள் குதித்து, பால்ய நினைவுகளை கிளர்த்தும், சிறுவனாகப் பயணம் செய்த, நியூ இங்கிலாந்தின் கடலோடு தான் பிறந்து வளர்ந்த இடத்தினூடே ஓடிச்சென்ற மிஸிசிப்பி நதியை ஒப்புமை செய்கிறது. உருவக ரீதியாக அவை இரண்டும் காலத்தைக் குறித்த இரு வேறுபட்ட கருத்தாக்கங்களைச் சுட்டுகின்றன: தனிப்பட்ட காலத்துக்கு எதிராக ஆளுமை துறந்த பொதுக் காலம், வரலாற்றுக் காலத்துக்கு எதிராக சாஸ்வத காலம் / காலமின்மை இத்யாதி. நதி பழமையான கசப்பான வலுமிக்க பழுப்பு நிற கடவுளாக உருவகப்படுத்தப்படுகிறது (ரீல்கவின் டுயினோ எலிஜி III இன் மறைக்கப்பட்ட இரத்தத்தின் குற்றவாளி நதிக் கடவுளை நமக்கு நினைவூட்டுகிறது). அதன் இருள் மையம் மீண்டும் மீண்டும் "இயந்திர வழிபாட்டர்களால்" மறக்கப்படுகிறது, விட்மன் பாடித் தோற்றுவித்த அமெரிக்கா, மனித முயற்சியின் உச்சமாக ஏதோ, வெறும் இயற்கையை ஆதிக்கம் செய்யும் வெறும் தொழில்நுட்ப முன்னேற்றமாக சுருங்கிவிட்டதுபோல். ஆனால் மறக்கப்படும் கடவுளோ பார்த்துக்கொண்டே காத்திருக்கிறது; அவ்வப்போது தன் இருப்பை நினைவூட்டும் பொருட்டு தன்னைக் கட்டுப்படுத்துவதற்காகவே வலுவூட்டப்பட்டிருக்கும் முன்னேற்றத்தின் கரைகளைப் புரண்டோடுகிறது.

Unhonoured, unpropitiated
By worshippers of the machine, but waiting, watching and waiting.
His rhythm was present in the nursery bedroom,
In the rank ailanthus of the April dooryard,
In the smell of grapes on the autumn table,
And the evening circle in the winter gaslight.

இயந்திரத்தை வணங்குபவர்களால்
கௌரவிக்கப்படாது, திருப்திபடுத்தப்படாது
ஆனாலும் காத்திருந்து, பார்த்திருந்து காத்திருந்து
அவரது தாளம் இருந்தது குழந்தையின் படுக்கையறையில்
ஏப்ரில் முற்றத்தில் துர்நாற்றம் வீசும் ஐலாந்தஸ் மரத்தில்
இலையுதிர்கால மேஜை மீதிருக்கும் திராட்சைகளின் மணத்தில்
குளிர்கால காஸ்லைட்டின் மாலை வட்டத்தில்

அந்த ஏப்ரல் வீட்டு முற்றம் வெளிப்படையாகவே லிங்கனைக் குறித்த விட்மனின் பிரசித்திபெற்ற கவிதையான "*When Lilacs last in the Dooryard Bloom'd*"-க்கு அழைப்புவிடுக்கிறது. விட்மனின் விடாது கணகணக்கும் மணிகளுக்கு முதல் அசைவின் பிந்தைய சரணத்து மணிகள் பதிலளிக்கின்றன.

எந்திரத்தை வணங்குபவர்கள் மறந்துவிடத் தேர்ந்தெடுத்ததைத்தான் அடுத்த சரணம் நினைவுறுத்துகிறது: நம்மைச் சூழும் ஆழி பரிணாமத்தின் தொடக்கத்திலிருந்து திரண்டு வரும் அனைத்து தனிப்பட்ட மற்றும் இனத்தின் கூட்டு நினைவுகளையும் அகழ்ந்தெறிகிறது:

It tosses up our losses, the torn seine,
The shattered lobsterpot, the broken oar
And the gear of foreign dead men.

கடாசுகிறது கந்தல் மீன்வலையை, நம் இழப்புகளை,
நொறுங்கிய இரால்பொறியை, உடைந்த துடுப்பை
இறந்த அந்நியர்களின் உபகரணங்களை.

புறத்தே நதியின் கரைகளிலிருந்து கடலுக்கும் அதிலிருந்து அக்கடலின் பொங்கியெழுதலுக்கும் செல்லும் முதல் அசைவு அதையொத்த நகர்வை அகத்திலும் நிகழ்த்திப் பார்க்கிறது: குழந்தையின் அச்சத்திலிருந்து, மாலுமிகளின் பயத்திற்கும், அதிலிருந்து பெண்டிரின் கவலையுற்ற குமைச்சலிற்கும்... மூன்றாம் ஸ்ட்ரோஃபியின் முதல் பகுதி பலதரப்பட்ட கடற்குரல்களின் (howl, yelp, caress, rote, wailing, warning...) பல்லியமாக ஒலிக்கிறது. அவை அனைத்துமே, முந்தைய ஸ்ட்ரோஃபியில் கடல் தூக்கியெறிந்த இழப்புகளை எதிர்கொள்கையில் மனிதகுலம் உணரும் பிரமிப்பையும் பீதியையும் சுட்டுகின்றன. பல்லியப் பீதி இறுதியில் சாவுமணியின் ஒற்றைக் குரலில் நிறைவடைகிறது. அக்குரல்:

Measures time not our time, rung by the unhurried
Ground swell, a time
Older than the time of chronometers, older
Than time counted by anxious worried women
Lying awake, calculating the future,
Trying to unweave, unwind, unravel
And piece together the past and the future

அளக்கிறது நம் நேரம் அல்லாத நேரத்தை, அவசரப்படாத
பொங்கு அலையால் மணியடிக்கப்படும் நேரத்தை, காலமானிகளின்
நேரத்தைவிட பழைய நேரத்தை, கவலையால் பீடித்திருக்கும்
பெண்டிரால் கணக்கிடப்படும் நேரத்தைவிட பழைய நேரத்தை
அவர்களோ விழித்திருக்கிறார்கள், வருங்காலத்தைக் கணக்கிட்டபடி
இழைபிரித்து, சுருள்விடுத்து, முடிச்சவிழ்த்து
கடந்தகாலத்தையும் வருங்காலத்தையும் படிப்படியாக ஒருங்கிணைக்க
முயல்கிறார்கள்.

அனைத்துக் குரல்களுக்கும் மணியோசைகளுக்கும் அடுத்துவரும் எளிமையான இரண்டாவது அசைவின் செஸ்டினா (Sestina, ஆர்னாட் டானியலின் கண்டுபிடிப்பு, இவரது சுத்திகரிக்கும் சுடரை நாம் எலியட்டின் முந்தைய

கவிதைகளில் சந்தித்திருக்கிறோம்) "ஓசையற்ற ஓலத்திலும்" "மௌனமான உதிர்தலிலும்" தொடங்குகிறது. செஸ்டினா பொதுமையிலிருந்து குறிப்பிட்டதிற்கு நகர்கிறது. முதல் செஸ்டினாவில் கேட்கப்படும் கேள்விக்கு

Where is there an end to the drifting wreckage,
The prayer of the bone on the beach, the unprayable
Prayer at the calamitous annunciation?

அலைக்கழியும் சிதைவுகள்
கடற்கரையில் எலும்பின் பிரார்த்தனை,
பேரிடரின் அறிவித்தலில் பிரார்த்திக்க முடியாத பிரார்த்தனை
இவற்றிற்கான முடிவுதான் எங்கே?

அடுத்துவரும் இரண்டு செஸ்டினாக்கள் எதிர்மறையில் பதிலளிக்கின்றன:

There is no end, but addition: the trailing
Consequence of further days and hours

முடிவு இல்லை, கூட்டல் மட்டுமே: பின்விளைவாய்
நாட்களும் நேரமும் மேலும் மேலும்

இவற்றுடன், ஈஸ்ட் கோக்கரின் இறுதியில் தேடலறிஞர்களாக உந்துவிக்கப்பட்ட முதியவர்களின் விதிகளை இற்றுப்படுத்தும் வகையில் ஒலிக்கும் அறிவிப்பு மணியின் கணகணத்தலும் இறுதியில் சேர்க்கப்படுகிறது:

There is the final addition, the failing
Pride or resentment at failing powers.

இறுதிச் சேர்ப்பு, குன்றும்
பெருமிதம் அல்லது குன்றும் ஆற்றலைக் குறித்த காய்ப்பு

இப்பொதுப்படுத்தல்களுக்கு மாறாக அவற்றைத் தொடரும் செஸ்டினாக்கள் மீனவர்களின் குறிப்பிட்ட கடற்பயணங்களை (இவை க்லௌஸ்டர், மாசசூசெட்ஸிலிருந்து தொடங்கிய, எலியட்டுக்குப் பரிச்சயமான, அவற்றைப் பற்றி எழுதவும்கூடச் செய்த பயணங்களாகவும் இருக்கலாம்) பற்றிப் பேசுகின்றன. காற்றின் வாலைப் பிடித்துக் கொண்டு பயணிக்கும், எப்போதுமே "*bailing, setting and hauling*" போன்ற காரியங்களில் ஈடுபட்டிருக்கும் மீனவர்களும் காலத்தின் தொடரில் இடம்பெறும் உறுப்புகளே. வெறும் தொடர்ச்சியால் மட்டுமே அர்த்தப்படும் அத்தொடரில் மரணத்திற்கு பாழடைந்த எலும்பு விடுக்கும் பிரார்த்தனை மட்டுமே எதிர்வினையாக இருக்க முடியும்.

அர்த்த ரீதியில் அதைக்காட்டிலும் உயர்ந்த ஏதோவொன்றுக்கான நிலைமாற்றத்தை அடுத்துவரும் வரிகள் விவரிக்கின்றன. முதலில் முந்தைய குவார்டெட்களின் மையங்கள் மறுமதிப்பீடு செய்யப்படுகின்றன. இப்புரிதலே இங்கு வலியுறுத்தப்படுகிறது:

பர்ன்ட் நார்டனில், சிரிப்பும் மகிழ்ச்சியாகவும் அனுபவிக்கப்பட்டு பின்னால் நினைவில் மீட்கப்படும் "காலத்தின் புள்ளிகளுக்கு" உள்ளார்ந்த அர்த்தமேதுமில்லை. அவற்றைக் காட்டிலும் உயர்ந்த ஒன்றைச் சுட்டும் "ஒளிர்ந்து ஞானமூட்டும் கணமாக" அவை உணரப்படாமல் இருக்கும்வரையில்... இல்லையெனில், அவை நினைவாற்றலுக்கு வெறும் முட்டுக்கட்டைகளாக மாறி, ஏக்கம் தோய்ந்த ரொமாண்டிசிச மாயைகளை நெசவு செய்கின்றன. அல்லது "முன்னேற்றத்தின்" பேரில் பயனற்றவை என்று மறுக்கப்படுகின்றன. தன்னளவில் அனுபவம் முக்கியமல்ல என்பதைத்தான் இவ்வரிகள் நிறுவ முயல்கின்றன, அர்த்தமாக அது உணரப்படுகையில்தான் அதை வேறொரு உருவில், அதாவது அர்த்தத்தால் மெருகூட்டப்பட்ட உருவில், நம்மால் மீட்டெடுக்க முடிகிறது.

The moments of happiness – not the sense of well-being,
Fruition, fulfilment, security or affection,
Or even a very good dinner, but the sudden illumination—
We had the experience but missed the meaning,

> And approach to the meaning restores the experience
> In a different form, beyond any meaning
> We can assign to happiness.

மகிழ்வுத் தருணங்கள் — நலம்,
பலன், பூர்த்தி, பாதுகாப்பு அல்லது பாசம்
அல்லது ஒரு நல்ல இரவு உணவும்கூட , இவற்றைக்
குறித்த உணர்வல்ல, அந்த திடீர் ஒளியூட்டம் மட்டுமே —
அனுபவத்தைப் பெற்றோம் ஆனால் அர்த்தத்தைத் தவறவிட்டோம்,
அர்த்தத்தை அணுகும்போதுதான் அனுபவம் மீட்கப்படுகிறது
பிறிதொரு உருவில், மகிழ்விற்கு நாம் அளிக்கக்கூடிய
எந்த அர்த்தத்திற்கும் அப்பால்

வாதத்தின் இரண்டாவது பகுதி மகிழ்வுக் கணங்களிலிருந்து வேதனைக் கணங்களுக்கு மாறி, பிந்தையதை ஒப்பீட்டளவில் நிலையானதாகக் கருதுகிறது. வேதனையின் அனுபவத்திற்கு, அர்த்தத்தின் மத்தியஸ்தம் தேவையில்லை போலிருக்கிறது. இது நம் "துன்பப் புடத்திலிட்டு தூயவனாக்குதல்" அல்லது டிவைன் காமெடியில் வரும் ஆர்னாட் டானியலின் சுத்திகரிக்கும் சுடரின் மறுவடிவமே. ஆக கவிதையின் பாதை ஆனந்தகரமான காலத்தின் புள்ளிகளிலிருந்து துன்பத்தின் ஊசிகளுக்கு இட்டுச் செல்கிறது எனலாம். மேலும் மகிழ்வுப் புள்ளிகளே ஒருவிதத்தில் ஊசிகள்தான் என்று உணரும் நிலைக்கும் எதிர்மறையான via negativa பாதையில் கவிதை சென்றிருக்கிறது; இங்கு ஊசிகள் என்பவை ஒருவர் தனிப்பட்ட வாழ்வில் அனுபவிக்கும் துன்பங்கள் மட்டுமல்ல, "மற்றவர்களின்" வேதனைகளும் அதைக் குறித்த புரிந்துணர்வும் இதில் சேர்த்தி. துன்பத்தின் வழியே ஞானத்தைச் சென்றடைவதே இங்கு பரிந்துரைக்கப்படுகிறது. அதனுடன், எப்போதும், துன்புறுகையில் அதில் ஆழ்ந்திருக்க வேண்டும் என்பதும் இங்கு வலியுறுத்தப்படுகிறது. ஆனால் அனைத்துச் செயல்களுமே துன்பத்தோடு சமன்படுத்தப்படுவதால், நாம் எப்போதுமே அந்த உயர்ந்த அர்த்தத்தின்மீது ஆழ்ந்திருக்க வேண்டும் என்பது உட்கிடை:

In the agony of others, nearly experienced,
Involving ourselves, than in our own.
For our own past is covered by the currents of action,
But the torment of others remains an experience
Unqualified, unworn by subsequent attrition.
People change, and smile: but the agony abides.
Time the destroyer is time the preserver,

நம்முடையதைக் காட்டிலும், கிட்டத்தட்ட அனுபவித்த
மற்றவர்களின் வேதனையில், நம்மை ஈடுபடுத்திக் கொள்ளுதல்.
ஏனெனில் செயலின் ஓட்டங்களால் மூடப்பட்டிருக்கிறது நம் கடந்தகாலம்.
ஆனால் மற்றவர்களின் வேதனை இன்னமும் அனுபவமாகவே எஞ்சுகிறது
வரையறுக்கப்பட்டாமல், காலத்தால் தேய்ந்தழியாமல்.
மனிதர்களோ மாறுகிறார்கள், புன்னகைக்கிறார்கள்:
ஆனால் வேதனையோ நிலைத்திருக்கிறது.
அழிக்கும் காலமே பேணிக்காக்கும் காலமும்கூட.

எனவேதான் அடுத்தடுத்து வரும் உருவகங்கள்: சுமைகள் நிரம்பிய வேதனையின் காலமற்ற நதி, ஆப்பிளும், ஆப்பிளுள்ள கடியும் (காலம் அறிவாகவும் பாவமாகவும்), கூர்முனைப் பாறைகள் இத்யாதி. இவையெல்லாம் வாழ்க்கையை வழிநடத்தும் கலங்கரை விளக்கங்களாகின்றன.

இக்கருத்தே அடுத்த அசைவுக்கு எடுத்துச் செல்லப்படுகிறது. அவ்வசைவோ பகவத் கீதையுடன் தொடங்குகிறது. குறிப்பாக, "செயலின் பலன்கள்" குறித்த அதன் அலட்சியமும் அது வலியுறுத்தும் பற்றின்மையும். ஆனால் கர்மச் செயல் பலனைக் குறித்து அலட்சியமாக இருக்கையில் அடுத்தவர் வாழ்வை பலனடையச் செய்யும் தர்மமாகவும் இருக்கலாம் என்ற கருத்தையும் கவிதையின் இப்பகுதி முன்வைக்கிறது:

At the time of death' – that is the one action
(And the time of death is every moment)
Which shall fructify in the lives of others:

And do not think of the fruit of action.
Fare forward.

இறக்கும்போது – (ஒவ்வொரு கணமும் இறக்கும் கணமே)
அச்செயல் மட்டுமே
அடுத்தவர் வாழ்வில் பலன் பயக்கும்:
நினையாதே செயலின் பலனை.
முன் செல்.

ஈஸ்ட் கோக்கரின் முடிவு நம்மை explorers ஆகத் தூண்டியது என்றால் இக்கவிதை நம்மை வெறும் பயணிகளாக மட்டும் இருக்காது, ஒரு படி மேலே சென்று Voyagers ஆக ஊக்குவிக்கிறது.

O voyagers, O seamen,
You who came to port, and you whose bodies
Will suffer the trial and judgement of the sea,
Or whatever event, this is your real destination."
So, Krishna, as when he admonished Arjuna
On the field of battle.
Not fare well,
But fare forward, voyagers

தொலைகடற்பயணிகளே, கடற்படையினரே,
துறைமுகத்திற்கு வந்தவர்களே,
கடல் விசாரனையையும் தீர்ப்பையும்
அனுபவிக்கப் போகும் உடல்களை பெற்றிருப்பவர்களே,
எந்த நிகழ்வாக இருந்தாலும், இதுவே உங்கள் உண்மையான இலக்கு"
என்றார் கிருஷ்ணர் அர்ஜுனனுக்குப்
போர் உபதேசம் செய்கையில்.
நன்றே செல்லுதலில் அல்லாது
முன்னே செல்வதில் நிலைகொள்ளுங்கள், தொலைகடற்பயணிகளே

இக்கடற்பயணிகளுக்காகவும், அவர்களின் நீட்சியாக எலியட்டின் க்ளௌஸ்டர் மீனவர்களுக்காகவும் நான்காவது அசைவு கன்னி மேரிக்கும் தாந்தேயின் *Figlio del tup figlio* (நின் மகனின் மகளே) பிரார்த்தனையை ஜபிக்கிறது. பவுண்டின் முதல் காண்டோவின் முடிவில் கடல்நுரையின் மகளாகவும், காதல் புணர்ச்சி மற்றும் அழகின் தெய்வமாகவும் வரும் ஆஃப்ரோடைட்டீ யையும் (*mirthful, orichalchi, with golden / Girdles and breast bands, thou with dark eyelids/Bearing the golden bough of Argicida*), எலியட்டின் இறையன்பின் பிராட்டியையும் கடல் நட்சத்திரத்தையும் (*Stella Mare*) நினைத்துக் கொள்கிறேன், அக்கவிதைகளின் பேகன் மற்றும் கிறிஸ்தவ வேர்களுக்கு இடையிலான வேறுபாட்டை அவதானித்தபடி. கடல்-மணியின் நிரந்திர ஜபம் (*Sea-bell's Perpetual Angelus*) என்பது பிரத்தேயகப் பிறப்பொன்றுக்கான அறிவிப்பே (*Annunciation*). ஒருவழியாக ஃபோர் குவார்ட்டெட்ஸ் கவிதைகள் இதுவரை உச்சரிக்கப் போராடிக் கொண்டிருக்கும் அந்த புனிதமான சொல் உச்சரிக்கப்படும் கணத்தை நெருங்கிவிட்டோம். இறுதியில் ஐந்தாவது அசைவில் அது உச்சரிக்கவும் படுகிறது: *Incarnation* (அவதரித்தல்) கடந்த கால வேதனைகள் நிரம்பிய கடந்த காலத்தை மீட்டு, உடனழைத்துவரும் வருங்காலத்துக்கு ஞானஸ்நானம் செய்து வைக்கும் நித்திய நிகழ்வு.

Also pray for those who were in ships, and
Ended their voyage on the sand, in the sea's lips
Or in the dark throat which will not reject them
Or wherever cannot reach them the sound of the sea bell's
Perpetual angelus.

கப்பலில் பயணித்து
மணலிலோ, கடலின் உதடுகளிலோ
அவர்களை நிராகரிக்காத இருண்ட தொண்டையிலோ
கடல்—மணியின் நிரந்திர ஜபத்தின் ஓசை அவர்களைச் சென்றடைய முடியாத

இடத்திலோ
பயணத்தை முடித்துக் கொண்டவர்களுக்காகவும்
பிரார்த்தனை செய்யுங்கள்.

பின்னோக்கிப் பார்க்கையில் குவார்ட்டெட்ஸ் இதுவரையில் அடைந்திருக்கும் முன்னேற்றம் தெளிவாகவே புலப்படுகின்றன. இயற்கை உலகின் புலனனுபவத்துக்கு எதிராக வார்த்தையை (இறைமையின்) பர்ன்ட் நார்ட்டனில் முன்வைத்தது. அவ்வெதிர்ப்புக்கு தீர்வுகாணும் முயற்சியில் ஈஸ்ட் கோக்கர் சில முரண்களைக் கண்டடைந்தது (இருளே ஒளியாக, அசைவே அசைவின்மையாக இத்யாதி). ஒன்றின் முடிவில்லாத தொடர்ச்சியை மற்றதன் காலமற்ற நிகழுடன், உலகை வார்த்தையின் எதிரொலிக்கப்பட்ட பரவசமாக, ஒருங்கிணைக்கும் புள்ளிக்குக் கவிதை வந்துசேர்ந்திருக்கிறது. ஆனால் இந்த உன்னத உணர்தல் என்பது புனிதருக்கே சாத்தியம் என்ற கருத்தையும் கவிதை முன்வைக்கிறது. அவரிடத்தே குவர்ட்டட்ஸ்-இன் கவிதையும் தத்துவமும் சங்கமிக்கின்றன. நம்போன்ற சாமான்யர்களுக்கோ பிரார்த்தனையின் பணிவு மட்டுமே சாத்தியப்படுகிறது. கவிதையில் நாம் ஏற்கனவே எதிர்கொண்ட, சூரிய ஒளி, காட்டு ஓமம், குளிர்கால மின்னல் அனைத்தையும் ஒருங்கிணைத்து ஐந்தாவது அசைவு "அவதரித்தல்" என்ற அதன் மைய வாதத்தை முன்வைக்கிறது.

For most of us, there is only the unattended
Moment, the moment in and out of time,
The distraction fit, lost in a shaft of sunlight,
The wild thyme unseen, or the winter lightning
Or the waterfall, or music heard so deeply
That it is not heard at all, but you are the music
While the music lasts. These are only hints and guesses,
Hints followed by guesses; and the rest
Is prayer, observance, discipline, thought and action.
The hint half guessed, the gift half understood, is
Incarnation

நம்மில் பெரும்பாலோருக்கு கவனம் செலுத்தாக் கணம்
மட்டுமே உள்ளது, காலத்திற்குள்ளேயும் வெளியேயும் நழுவும் கணம்,
சூரிய ஒளிக்கற்றையில் தொலையும் கவனச் சிதறல்,
பார்த்தும் பார்க்காத காட்டு ஓமம் அல்லது குளிர்கால மின்னல்
அல்லது அருவி அல்லது ஆழமாகக் கேட்கப்பட்டதாலேயே
கேட்கவேபடாத இசை, ஆனால் இசை நீடிக்கும் வரையில்
நீயே இசை. ஜாடைகளும், அனுமானங்கள் மட்டுமே இவை,
ஜாடைகளைத் தொடரும் அனுமானங்கள்; மீந்திருப்பதோ
பிரார்த்தனை, கடைபிடிப்பு, ஒழுக்கம், சிந்தனை மற்றும் செயல்.
அறைகுறையாக அனுமானிக்கப்பட்ட ஜாடை, அரைகுறையாகப்
புரிந்துகொள்ளப்பட்ட கொடை, அதன் பெயரே அவதரித்தல்.

"சாத்தியமற்ற சங்கமம்" இப்போது மேலே மேற்கோள் காட்டப்பட்டதற்கு முன் வரும் வரிகளால் பகடி செய்யப்பட்ட ஒரு அபூரண உலகில் இறங்க உள்ளது (செவ்வாய் கிரகத்துடனான தொடர்பு, தொழில்நுட்ப உலகில் பழமையின் மூடநம்பிக்கை எச்சங்கள் – பென்டாகிராம்கள், பார்பிட்டுரிக் அமிலங்கள், உளப்பகுப்பாய்வு முதலியன). நம்பிக்கையெனும் பாறையின் அடிப்படையிலான சரியான செயற்பாடே கவிதையின் முடிவில் உறுதிசெய்யப்படுகிறது, அந்நம்பிக்கை இறைமை அவதரிக்கும் நித்தியத்தை வலியுறுத்துகிறது, அதால் மட்டுமே காலத்தில் மீண்டும் மீண்டும் உழலுவதைக் (இறப்பு) கொண்டு "*life of the significant soil*"-ஐப் போஷிக்க முடியும்.

அசைவு IV : லிட்டில் கிடிங் (Little Gidding)

களத்தைப் பொறுத்தமட்டில் குவார்ட்டெட்ஸ் பர்ன்ட் நார்ட்டனின் பொதுமையான நிலத்தால் சூழப்பட்டிருக்கும் இடத்திலிருந்து, அதைக்காட்டிலும் குறைவாகச் சூழப்பட்டிருந்தாலும் இன்னமும் பொதுமையாகவே உணரப்படும் ஈஸ்ட் கோகரின் களத்துக்கும் அதிலிருந்து டிரை சால்வேஜின் நியூ இங்கிலாந்து கடற்கரையினூடே இறுதியாக இங்கிலாந்தில் உள்ள லிட்டில் கிடிங்கெனும் வரலாற்றுப் பாரம்பரியங்கள் கொண்ட குறிப்பிட்ட இடத்துக்கும் நகர்கிறது. நிகோலஸ் ஃபெரார் 1625-

இல் நிறுவிய ஆங்லிகக் குழுவின் இருப்பிடமான லிட்டில் கிடிங் சார்ல்ஸ் மன்னரால் மூன்று முறையும் எலியட்டால் 1936-லும் விஜயம் செய்யப்பட்டது. ரவுண்ட்ஹெட்ஸ் என்றழைக்கப்பட்ட ஆங்கில உள்நாட்டுப் போரில் பங்கேற்ற கிராம்வெல்லின் நாடாளுமன்றத்தார்களால் இழித்தொழிக்கப்பட்டது. இடத்திலிருந்து பருவங்கள் மற்றும் ஐம்பூதங்களின் வில்லையைக் கொண்டு நோக்கினால் பர்ன்ட் நார்டனின் காற்று / இலையுதிர் காலத்திலிருந்து ஈஸ்ட் கோக்கரின் மண் / கோடைக்கும் அதிலிருந்து டிரை சால்வேஜசின் நீர் / வசந்ததினூடே லிட்டில் கிடிங்கின் நெருப்பு / குளிர்காலத்தின் நடுப்பகுதிக்கும் நகர்கிறோம்.

மற்ற முதல் அசைவுகளைப் போலவே இதுவும் இரண்டு மாறுபட்ட கருப்பொருட்களை முன்வைப்பதுடன் தொடங்குகிறது, அவை பிந்தைய வரிகளால் ஒருங்கிணைக்கப்படுகின்றன. உலகம் சிற்றின்பமாக அனுபவிக்கப்ப்ட்டு பின்னர் ஆன்மாவில் பகுத்தாயப்பட்டு இறுதியில் அம்முரண்பாட்டில் எழும் கவிதையால் மீப்பொருண்மையாக பிணைக்கப்படுகிறது. புலன்கள் மூலம் கண்டுபிடிக்கப்பட்டது போல் முரண்பாடுகள் பொதுவான பேச்சுமொழியில் நிறுவப்படுகின்றன – மத்திய குளிர்காலம் – வசந்தம், துருவ-வெப்ப மண்டலம், பனி-நெருப்பு, காற்று இல்லாத குளிர்-இதயத்தின் வெப்பம் போன்றவை. ஆனால் அந்தச் சாதாரண வார்த்தைகளுக்கு மத்தியில் துருத்தி நிற்கும் அந்த வித்தியாசமான Sempiternal (அதாவது நிலைத்த / அழிவில்லாத) என்ற பதம் சில வரிகளுக்குப் பின் வரும் பெந்தகொஸ்தே நெருப்புக்குக் கட்டியம் கூறுகிறது:

Reflecting in a watery mirror
A glare that is blindness in the early afternoon.
And glow more intense than blaze of branch, or brazier,
Stirs the dumb spirit: no wind, but Pentecostal fire
In the dark time of the year

நீர்மையான ஆடியில் பிரதிபலித்து
பிற்பகலில் குருடாக்கும் கூசவைக்கும் ஒளிர்வு

தகிக்கும் கிளை அல்லது கன்னானையும்விட இன்னமும் ஒளிர்ந்து
பேதை ஆன்மாவை கிளர்றுகிறது; காற்றல்ல
ஆண்டின் இருண்ட நேரத்தில்

இருளாகிய சிற்றின்ப ஒளி (glare that is blindness) ஒளியாகிய இருளுக்கு (Pentecostal fire in the dark time) மாறுவதென்பது புலனால் உணரப்படும் மெய்மைக்கு அப்பால் "scheme of generation" அல்லது "time's covenant"-உடன் சம்பந்தப்பட்டிராத ஒன்றுக்கும், உலகத்துக்கான திருச்சபையின் பணியைக் குறிக்கும் கிறிஸ்துவின் சீடர்கள்மீது பரிசுத்த ஆவி இறங்குவதையும் சுட்டுகிறது. டிரை சால்வேஜஸ் கவிதையின் முடிவில் கோடிகாட்டப்பட்டு இக்கவிதையின் தலைப்பில் பொதிந்திருக்கும் கிறிஸ்தவ சமூகம் என்ற கருப்பொருளை இது மேலும் வார்த்தெடுக்கிறது. ஹெட்ஜ்ரோவின் மீது பனிப் பூக்களாகத் தற்காலிகமாகப் படர்ந்திருப்பது குறுந்தொகையை நகலிக்கும் கவிதைகள் பேசும் எளிமையான காத்திருக்கும் காதலியின் மடமையைக் காட்டிலும் ஆழ்ந்த அர்த்தங்கள் கொண்டது:

but Pentecostal fire
In the dark time of the year
neither budding nor fading,
Not in the scheme of generation.
Where is the summer, the unimaginable
Zero summer?

துளிராத மங்காத
எந்த தோற்றுவித்தல் திட்டத்திலும் இடம்பெறாத
பெந்தெகொஸ்தே நெருப்பு அது.
எங்கே கோடை? கற்பனைக்கெட்டாத
பூஜ்ஜிய கோடை?

உடல்/ ஆன்மா என்பதன் "sense and notion"-ஐயே அடுத்துவரும் வரிகள் புறந்தள்ளுகின்றன. அவற்றுக்கெதிராக

ஜெபிக்கும் ஆன்மாவின் முழுமையான தெண்டனிட்ட பணிவே முன்வைக்கப்படுகிறது.

you would have to put off
Sense and notion. You are not here to verify,
Instruct yourself, or inform curiosity
Or carry report. You are here to kneel
Where prayer has been valid.

தள்ளி வைக்க வேண்டும் நீங்கள்
உணர்வையும் கருத்தையும். சரிபார்ப்பதற்கோ
அறிவுறுத்திக்கொள்வதற்கோ, ஆர்வத்தை போக்கிக் கொள்வதற்கோ
அறிவிப்பதற்கோ இங்கில்லை நீங்கள்.
பிரார்த்தனை ஏற்புடையதாக இருக்கும் இடத்தில்
முழங்காலிட்டு மண்டியிடவே இருக்கிறீர்கள்.

இங்கிலாந்தாகவும் எங்குமில்லாததாகவும் விளங்கும் ஓர் இடத்தில், எப்போதும் என்றைக்குமில்லாத ஒருகாலத்தில் உயிருள்ளவர்களின் மொழிக்கு அப்பாற்பட்ட மொழியில் நெருப்பின் நாவினால் இறைமையின் சொல்லை அறிவுறுத்தும் மரித்தவர்களுடனான ஆன்மீகக் கூட்டுறவையே இச்ஜெபம் உந்துவிக்கிறது.

அடுத்த அசைவின் முதல் மூன்று சரணங்கள் ஐம்பூதங்களை ஒருங்கமைத்து குவார்ட்டெட்ஸின் முந்தைய கவிதைகள நினைவுகூர்கின்றன. முந்தைய குவார்டெட்ஸ்களின் கற்பனாவாதப் படிமங்கள், உணர்வுகளை ஆழ்ந்து பாடும் கவிதையின் இசையால், பிரமாதமாக ஒருங்கிணைக்கப் படுகின்றன. எரிந்த ரோஜாக்களும் தூசியும் நம்மை காற்றை அடையாளமாய்க் கொண்டிருந்த பர்ன்ட் நார்ட்டனின் மரித்த ரோஜா இலைகளுக்கும் அவைமீது படிந்திருந்த தூசிக்கும் அழைத்துச் செல்கின்றன. ஆனால் அடுத்த பத்தியில், வரவிருக்கும் பூமியின் மரணத்தை எதிர்பார்ப்பது போல் சுவர்ப்பலகையும் சுண்டெலியும் நமக்கு மண்ணால் அடையாளப்படும் ஈஸ்ட் கோக்கரை நினைவுபடுத்துகிறது. கவித்துவத் தேர்ச்சியின்

உச்சத்தில் நாம் இருத்தப்படுகிறோம். குவார்டெட்ஸ்களை ஒற்றைப் படைப்பாக அடுத்தடுத்து வாசிக்கையில் மட்டுமே இதை நம்மால் முழுமையாகப் பாராட்ட முடியும்:

> Ash on an old man's sleeve
> Is all the ash the burnt roses leave.
> Dust in the air suspended
> Marks the place where a story ended.
> Dust inbreathed was a house-
> The walls, the wainscot and the mouse,
> The death of hope and despair,
> This is the death of air.

கிழவனின் சட்டைக்கைச் சாம்பல் அளவே
விட்டுச் செல்கின்றான எரிந்த ரோஜாக்கள்.
அந்தரத்தில் மிதக்கும் தூசி
கதை முடிந்த இடத்தைக் குறிக்கிறது.
சுவாசித்த தூசி இருந்தது ஒரு வீடாய்—
சுவர்களாய், பாவுபலகைகளாய், சுண்டெலியாய்,
நம்பிக்கை மற்றும் விரக்தியின் மரணம்,
இது காற்றின் மரணமும்கூட

அடுத்த சரணங்களில் டிரை சால்வேஜஸின் அடையாளமான நீரின் மரிப்பைப் பாடிவிட்டு இறுதியாக இக்கவிதையின் அடையாளமான நெருப்பின் மரணத்தோடு இவ்வசைவு ஒரு முழுச் சுற்றில் நிறைவடைகிறது: அசைவின் முதல் வார்த்தை சாம்பல் என்பதை நினைவுகூர்ந்தோமானால் (In my end is my beginning!).

அடுத்துவரும் லிரிக் வரிகள் 'நெருக்கமான அடையாளப்படுத்த முடியா' "familiar compound ghost" என்று செல்லமாக அழைக்கப்படும், பேச்சின்மீது கவனம் செலுத்திய, தீஞ்சுவை நாவைக் கொண்ட, கடந்தகால ஆசான் (தாந்தே?) ஒருவருடனான தாவித்தாவிச் செல்லும் உரையாடலாக விரிகிறது. தொலைதூரக்

கரையில் உடலைத் துறந்திருக்கும் பேயின் உருவம் கடந்தகாலமும் நிகழ்காலமும் சந்தித்துக் கொள்ளும், குவார்ட்டெட்களை எப்போதுமே ஆட்கொண்டிருக்கும் உடன்நிகழ்வுப் புள்ளியைச் சுட்டுகிறது. கவிதையின் யாப்பைப் பொறுத்தவரையில் அது டெர்ஸா ரீமாவில் (Terza Rima) அமைந்திருப்பது வெளிப்படை, ஆனால் நடுவிலெங்கோ நுட்பமான ஒரு மாற்றம் நிகழ்கிறது. முதல் பாதியில் பேச்சுமொழியின் அழுத்தங்களை ஆதாரமாகக் கொண்டிருக்கும் குவார்ட்டெட்களின் வழக்கமான இசைக்கு மாறாக குறுகிய மற்றும் நெடிய ஸிலபில்கள் மாறிமாறி வருகின்றன. ஏதோ இயந்திரத்தனமான உரைநடைத் திறனை வெளிப்படுத்துவது போல், கவிதைக்கு ஒரு வலிந்து "செய்யப்பட்ட" தன்மையை இது அளிக்கிறது. மிகச்சரியாகவே இவை நிராகரிக்கப்படுகின்றன:

...Last season's fruit is eaten
And the fullfed beast shall kick the empty pail.
For last year's words belong to last year's language
And next year's words await another voice.

கடந்த பருவத்தின் கனி உண்ணப்படுகிறது.
பசியாறிய மிருகம் உதைத்து தள்ளும் காலி உணவு வாளியை
ஏனெனில் கடந்த ஆண்டின் வார்த்தைகள் கடந்த ஆண்டின் மொழிக்குச்
சொந்தமானது.
ஆடுத்த ஆண்டின் வார்த்தைகளோ காத்திருக்கின்றன அடுத்த ஆண்டின் குரலிற்க்காக.

காத்திருக்கப்பட்ட அப்புதிய குரல் இப்போது அதீத அவசரத்துடன் பேசுகிறது:

So I find words I never thought to speak
In streets I never thought I should revisit
When I left my body on a distant shore.
Since our concern was speech, and speech impelled us
To purify the dialect of the tribe

தூரதேசக் கடற்கரையில் என் உடல் விட்டு அகன்றபோது
நான் மீண்டும் திரும்புவேன் என்று நினைத்திருக்காத சாலைகளில்
நான் பேசுவேன் என்று நினையாச் சொற்களைக் காண்கிறேன்.
உரையே நம் கருத்தாதலால், உரை நம்மை உந்தித் தள்ளிற்று
நம் இனத்தின் மொழியைத் தூயதாக்க

இரண்டாம் பகுதி இறந்தவர்களுடன் தொடர்புகொள்வதையே பிரதான நோக்கமாகக் கொண்டிருக்கிறது, அதாவது எலியட்டின் கவிதை மரபின் முன்னோடிகளுடன்: தாந்தே (அர்னாட் டேனியலின் சுத்திகரிப்புச் சுடர்), ஷேக்ஸ்பியர் (சேவல் கூக்குரலில் மங்கி மறைதல், வெளிப்படையான ஹேம்லெட்டின் நிழல்கள், அவன் தந்தையின் ஆவி) யேட்ஸ் மற்றும் அர்னால்ட் (Why should not old men be mad and Growing Old), ஜான்சன் (Remembere'd folly stings) ஸ்விஃப்ட்டின் எபிடாஃப் (யேட்ஸ் மொழிபெயர்த்தது, Lacerate his breast, savage indignation போன்றவை). பிரியும் கொம்பின் ஒலியுடன் அசைவு ஒரு பிரிவுப்பாசுரத்தின் சாயலில் முடிவடைகிறது.

இரண்டாம் அசைவின் கவிதையின் கடந்தகாலத்திலிருந்து மூன்றாவது அசைவு தனிப்பட்ட கடந்தகாலத்துக்கும் வரலாற்றின் களத்துக்கும் நகர்கிறது. அந்நகர்வில் மூன்று விதமான செயற்பாடுகள் அடையாளப்படுத்தப் படுகின்றன. பற்று (உயிருள்ள பூனைக்காஞ்சொறி – live nettle) பற்றின்மை (செத்த பூனைக்காஞ்சொறி – dead nettle) மற்றும் அலட்சியம் (பூக்காமை, unflowering), இங்கு பற்றின்மையே (முந்தைய கவிதையில்தான் கிருஷ்ணரின் போதனைகளை நாம் ஏற்கனவே கேட்டுவிட்டோமே) சரியான செயலாகக் கவிதை முன்வைக்கிறது என்பதைச் சொல்லத் தேவையில்லை.

This is the use of memory:
For liberation – not less of love but expanding
Of love beyond desire, and so liberation
From the future as well as the past.

இதுவே நினைவின் பயன்:
விடுதலை— அன்பின் துறப்பல்ல, அதன் விரிவு
ஆசை விடுபட்ட அன்பு, எனவே விடுதலை
கடந்தது மற்றும் வருவதனின்று

தேசபக்திகூட, அதாவது, போர்க் காலத்தில் தேசத்தின் மீதான நேசத்தில் கூட பற்றின்றிச் செய்லபட வேண்டும், அதாவது அதைப் பிறிதொன்றாக உருமாற்றவல்ல மற்ற ஏதோவொன்றின் எதிரொலிக்கப்பட்ட நற்பண்பாக. எனவேதான் கவிதை ஜூலியன் ஆஃப் நார்விச்சின் சமய மறைமைக்கு மாறி (Sin is behovely, ground of our beseeching இத்யாதி), பதினான்காம் நூற்றாண்டுப் புனிதரைப் பதினேழாம் நூற்றாண்டின் ஆங்கில உள்நாட்டுப் போரின் தியாகிகளுடன் பிணைக்கிறது. இங்கு வரலாற்றைக் குறித்த ஓர் மீபொருண்மைக் கருத்து முன்வைக்கப்படுகிறது: தனிப்பட்ட வரலாற்றுக் காலங்களும் அதில் பங்கேற்றவர்களும் ஒரு பொருட்டல்ல என்றும் அவர்கள் அனைவரும் சொல்லே மாம்சமாக உருமாறியதற்கு (Word become Flesh) சாட்சியாக இருந்தது மட்டுமே முக்கியம் என்றும் மொழியப்படுகிறது. அதாவது இறைமையின் அவதரித்தலே (Incarnation) அவர்களுக்கு அர்த்தமளிக்கிறது என்ற பொருளில்...எனவே:

*Why should we celebrate
These dead men more than the dying?...
...
And are folded in a single party.*

இறப்பவர்களைக் காட்டிலும் இறந்தவர்களை
ஏன் நாம் கொண்டாட வேண்டும்?....

....

ஒற்றைத் தரப்பாய்த் திரட்டப்பட்டனர்.

அவை அனைத்தும் மரணத்தில் பூரணப்படுத்தப்பட்டதின் அடையாளங்களாகின்றன. அவற்றின் தோல்வியுற்ற

விழைவுகளும் ஆதர்சங்களும் முரண்பாடாக, பின்வரும் வரிகளை நம்பச் செய்யும் ஏதோவொன்றைச் சுட்டுகின்றன:

And all shall be well and
All manner of thing shall be well
By the purification of the motive
In the ground of our beseeching.

எல்லாம் நலமாகும்
எல்லா வகையிலும் நலமாகும்
நம் இறைஞ்சுதலின் களத்தில்
நம் நோக்கம் தூயதாகி.

பாட்டுத்தன்மை மிக்க நான்காவது அசைவு, வான்வழி குண்டுகளால் பீடிக்கப்பட்டிருக்கும் லண்டனில், பயங்கரத்தின் ஒளிரும் சுடருடன் இறங்கும் புறா போர் விமானமாகவும் பரிசுத்த ஆவியின் புறாவாகவும் ஒருங்கே காட்சியளிக்கும் லண்டனில் கூட, இவ்வாதர்சத்தில் ஸ்திரமாக வேரூன்ற முயல்கிறது. ஆனால் ஒன்று மற்றொன்றிலிருந்து நம்மை மீட்கிறது – பாவம் மற்றும் போரின் உமிழும் குன்றிலிருந்து நாம் தெய்வீக அன்பின் நெருப்பால் மீட்கப்படுகிறோம் (நெருப்பிலிருந்து நெருப்பால் மீட்கப்பட்டோம்) என்பதயே இரண்டாம் சரணம் விவரிக்கிறது. அவரது மனைவியால் அவருக்குக் கொடுக்கப்பட்ட நெசஸ் சட்டையின் வேதனையிலிருந்து தப்பிக்க ஹெர்குலிஸ் ஈமச் சிதையில் குதிப்பதைப் போல, ஒரு விதமான அன்பில் இறத்தலே (dying-in-love) இறையன்பின் மற்றொரு அம்சமான அச்சுத்திகரிக்கும் நெருப்பாக இங்கு பரிந்துரைக்கப்படுகிறது:

Love is the unfamiliar Name
Behind the hands that wove
The intolerable shirt of flame
Which human power cannot remove.
We only live, only suspire
Consumed by either fire or fire.

அன்பே அறியாப் பெயர்
மனித ஆற்றலால் அகற்றவியலா
தாளவொண்ணா தீச்சட்டை
நெய்த கரங்களுக்குப் பின்.
நெருப்பாலோ நெருப்போ உட்கொண்டமட்டுமே வாழ்கிறோம், சுவாசிக்கிறோம்

லிட்டில் கிடிங்கின் ஐந்தாவது அசைவு இரட்டை நோக்கத்துடன் கட்டமைக்கப்பட்டிருக்கிறது. முந்தைய நான்கு இயக்கங்களில் ஆராயப்பட்ட அனைத்து படிமங்களையும் கருத்துகளையும் சேகரிப்பதன் மூலம் தன்னையே முடிவுக்குக் கொண்டுவருவது, ஆனால் அதே சமயத்தில் முந்தைய மூன்று குவார்ட்டெட்களின் முக்கியமான கருப்பொருட்களையும் அவை உடனழைத்துவந்த படிமங்களையும் ஒருங்கிணைத்து ஒரே மெய்யான அறிவிப்பை கடைசி முறையாகப் பறைசாற்றியபடியே *(The complete consort dancing together)* ஃபோர் குவார்ட்டெட்ஸ் எனும் ஓர் ஒற்றைப் படைப்பை முடிவுக்குக் கொண்டு வருவது...

இது ஈஸ்ட் கோக்கரின் திரிபாகத் தொடங்கி *(What we call the beginning is often the end)* தன்னை அவதானித்துக் கொள்வது போல், ஒருங்கிணைக்கப்பட்ட இம்மீப்பொருண்மை நோக்கத்தால் கவிதைக்கு என்ன பயன் என்பதை யோசித்துச் செல்கிறது. வார்த்தைகளுடனும் அர்த்தங்களுடனும், பாரம்பரியத்துடனும், தனித் திறமைகளுடனும், ப்ரூஃப்ராக் முதல் குவார்டெட்ஸ் வரையிலான அனைத்து பாஸ்டீஷுகள் மற்றும் நகைமுரண்களுக்குப் பிறகு, கிறிஸ்தவ நம்பிக்கையில் ஒன்றுபட்ட ஒரு சமூகத்தின் தேவைகளைப் பூர்த்தி செய்யும் ஒரு கவிதைமொழிக்கு நாம் வந்திருக்கிறோம், அம்மொழியில்:

...every phrase
And sentence that is right (where every word is at home,
Taking its place to support the others,
The word neither diffident nor ostentatious,
An easy commerce of the old and the new,
The common word exact without vulgarity,

The formal word precise but not pedantic,
The complete consort dancing together)

... ஒவ்வொரு சொற்றொடரும்
பொருந்திவரும் வாக்கியம் ஒவ்வொன்றும்
(அதில் ஒவ்வொரு சொல்லும் தன்னகத்தே அமைகிறது,
பிறவற்றைத் தாங்கி நிற்கும் இடத்தைச் சேர்கிறது,
சொல் பிந்தி நிற்பதில்லை, முந்தி வருவதில்லை,
பழையதும் புதியதும் ஒட்டி உறவாடுகின்றன,
புழக்கத்தில் உள்ளச் சொல் தேவையெனினும் கொச்சையல்ல,
தூய சொல் துல்லியமாயினும் பாண்டித்துவமல்ல,
இணைந்து ஆடும் நிறைத் துணையர்)

"*Every poem an epitaph*" என்பது வாழ்ந்து கொண்டிருக்கும் ஒவ்வொரு கணத்திலும் நாம் இறந்து கொண்டிருக்கிறோம் என்பதற்கான நினைவாலயமாகவும் இருக்கலாம், ஏதோ, நிகழில் எப்போதுமே இறப்பும் பிறப்பும் பிணைந்திருப்பது போல.

We die with the dying:
See, they depart, and we go with them.
We are born with the dead:
See, they return, and bring us with them.

இறப்பவர்களுடன் நாமும் இறக்கிறோம்:
பார், அவர்கள் பிரிவை, நாமும் அவர்களுடன் செல்கிறோம்.
இறப்பவர்களுடன் நாமும் பிறக்கிறோம்:
பார், அவர்கள் மீள்வருகையை, தம்முடன் நம்மையும் கொணர்கிறார்கள்.

குளிர்கால மதியத்தில் அனைத்து வரலாறுமே இங்கிலாந்தில் இப்போது நிகழ்வது போலிருக்கும் லிட்டில் கிடிங்கின் தனிமையான தேவாலயத்தின் வெளிச்சம் மங்கும் முடிவு, முந்தைய குவார்டெட்களின் ரோஸ் மற்றும் யூ மரங்களின் சுட்டுதல்கள் அனைத்தையும் உடன்நிகழ்வுப் புடத்திலிட்டு நம்மை பர்ன்ட் நார்டனின் ஆரம்பத்திற்கு இட்டுச் செல்லும்

முடிவானது, நெகிழ்வூட்டுவதாக அமைகிறது. அவதரிக்கும் நிகழின் புது வெளிச்சத்தில் நடந்ததும் நடந்திருக்கக்கூடியதும் (மறைக்கப்பட்ட நீர்வீழ்ச்சி, ஆப்பிள் மரத்தில் உள்ள குழந்தைகள் போன்றவை) முன்பு *hints and guesses* என்று நிராகரிக்கப்பட்டாலும், அவதரித்தலின் எதிரொலிக்கப்பட்ட பரவசமாக இன்னமும் அரைகுறையாக செவிக்கப்படுகின்றன. "இரண்டு அலைகளுக்கு இடையே" பாழ்நிலத்தின் நீர்வழி மரணத்தை மீள்நிகழ்த்திப் பார்க்கும் மனத்தை அவ்வவதரித்தலின்மீது நிலைத்திருக்குபடி கவிதை அறிவுறுத்துகிறது. குழந்தைகளும், *Quick now, here, now, always* வரியும் பர்ண்ட் நார்டனின் முடிவை நினைவுறுத்துகிறது. மேலும் பர்ண்ட் நார்டனின் முதல் வார்த்தையுடன் (*All*) தொடங்கும் குவார்ட்டெட்ஸ்களின் கடைசி வரியில் தீயின் நாவால் தீண்டப்பட்டுப் பரிபூர்ணமான எளிமையில் இருத்தப்படும் ஆன்மா அதன் துன்பத் தீயானது அன்பின் நித்திய ரோஜாவின் தெய்வீக சித்தத்துடன் ஒத்துப்போவதை (*accord*) உணர்ந்து கொள்கிறது. அனைத்தில் (*All*) தொடங்கி ஒன்றில் (*one*) முடிவதே ஃபோர் குவார்ட்டெட்ஸின் அடிப்படை நோக்கமாக எனக்குத் தோன்றுகிறது.

All manner of thing shall be well
When the tongues of flames are in-folded
Into the crowned knot of fire
And the fire and the rose are one.

எல்லா வகையிலும் நலமாகும்
நெருப்பு முடிச்சின் மணிமுடியுள்
சுவாலையின் நாவுகள் உள்குவிகையில்
நெருப்பும் மலரும் ஒன்றாகும்

அசைவு V: கோடா (Coda)

குவார்ட்டெட்ஸ் ஒரே காலப்பகுதியில் எழுதப்படவில்லை என்றாலும் (பர்ண்ட் நார்டன் மற்ற மூன்றைவிட மிகவும் முன்னதாகவே எழுதப்பட்டது) அனுபவத்தைத் தொகுத்து அதற்கேற்றபடி வெவ்வேறு காலகட்டங்களில் கவிதையின்

வழியே ஆற்றிய எதிர்வினைகளை ஒத்திசைக்கும் முழுமையாக, ஒரே மூச்சில் எழுதப்பட்டது போல் தோற்றமளிக்கச் செய்தது, எலியட்டின் ஒருங்கிணைக்கும் திறனுக்கு வியக்கத்தக்க சான்றாக அமைகிறது. ஒவ்வொரு குவார்ட்டெட்டினூடே முன்னேறுகையில் அதற்கு முன் சென்றதில் ஈட்டப்பட்டதைக் கணக்கில் கொள்ளும் வாசகருக்கு, எப்போதும் பொருந்தவில்லை என்றாலும், பெரும்பாலும் நிறுவப்படும் ஒரு பொது ஒழுங்குமுறை புலப்படும். எளிமைபடுத்திக் கூறுவதானால் ஐந்து அசைவுகளை இப்படிப் பொதுமைப்படுத்தலாம்: புலனனுபவம், விழிப்புணர்வு எனும் பட்டகத்தினூடே முறிந்து அது அறிவாக உருமாற்றப்படுவது, இந்தத் தனிப்பட்ட அறிவை வரலாறு மற்றும் பாரம்பரியத்தின் களங்களுக்கு விரிவுபடுத்துவது, அந்த அறிவுக்கு அப்பால் பிரார்த்தனையில் உறுதிசெய்யப்படும் பணிவை நிலைநிறுத்தும் தரிசனம், இறுதியாக அனுபவம், அறிவு, வரலாற்றுணர்வு, தரிசனம் ஆகியவற்றை, மாம்சமாக அவதரிக்கும் சொல்லின் மீது நிலையான கவனத்தைச் செலுத்தும் சரியான செயல்முறைமையக் கோரும் மீப்பொருண்மை ஞானமாக ஒருங்கிணைப்பது. இதை இப்படி வரையறுப்பது, கிறிஸ்தவ நம்பிக்கை மற்றும் அதன் இறையியலுக்கு சந்தா செலுத்தும் ஒரு வாசகர் சமூகத்தால் ஓதப்படும் ஒரு ஜெபமாகக் கவிதையை அர்த்தப்படுத்துவதாகவும் இருக்கலாம். அப்படிப்பட்ட இறையியலைக் கடைப்பிடிக்காத மற்றவர்களுக்கு இக்கவிதையில் என்ன இருக்கிறது என்று ஒருவர் கேட்கலாம். இது, நம் பக்திக் கவிஞர்களை ஒரு நம்பிக்கையற்றவர் படிப்பதில் என்ன இருக்கிறது என்று கேட்பதற்குச் சமம். ஆழ்ந்தும் விலகியும் களிப்பிலும் விரக்தியிலும் அதன் தேற்றங்கள் கட்டமைக்கப்படும் முறைமையே நம்மை நெகிழச் செய்கிறது, அதன் அடிப்படைக் கோள்களை நாம் நம்பாவிடினும். "For us, there is only the trying" என்று கிழக்குக் கோர்க்கரின் கடைசி அசைவு அவ்வளவு அப்பட்டமாக ஒப்புக்கொள்வதை இங்கு நினைத்துப் பார்க்கலாம். காம்யூவின் வார்த்தைகளை சற்றே மாற்றியமைத்து இப்படியும் கூறலாம்: நம்பாமல் இருப்பது துரதிர்ஷ்டம் மட்டுமே ஆனால் நம்பிக்கையால் நெகிழப்படாதிருப்பது துர்பாக்கியமே.

அனைத்திற்கும் மேலாக, அதன் இசை...இசையில் ஆழ்ந்த தொழில்நுட்ப அறிவு இல்லாவிடினும் எலியட் அதிலிருந்து தாளம் கட்டமைப்பு போன்ற கூறுகளைக் கவிதையில் பயன்படுத்திக் கொண்டார். கவிதை வார்த்தைகளில் வெளிப்படுவதற்கு முன்பே பிடிபட்ட ஒரு தாளம், உண்மையில் கவிதையின் வார்த்தைகள் மற்றும் உருவங்களுக்கு வழிவகுக்கும் ஒரு தாளம். இந்த அடிப்படைத் தாளத்தை உள்ளுணர்வால் உணர்ந்துகொண்டபின், அவர் "கவிதையின் இசை" என்ற கட்டுரையில் கூறியது போல், பல்வேறு இசைக்கருவிகளால் பல்லியத்தில் ஒரு கருப்பொருள் வார்த்தெடுக்கப்படுவது போல் கவிதையிலும் செய்வதற்கான சில சாத்தியங்கள் உள்ளன. ஒரு சிம்ஃபொனி அல்லது ஒரு நால்வர் குழுவின் பலவேறு அசைவுகளைப் போல் கவிதையிலும் நிலைமாற்றங்கள் செய்வதற்கான சாத்தியங்களும் உள்ளன. அதேபோல் கருப்பொருளை முரண்பாடுகள் வழியே நிறுவுவதற்கான சாத்தியங்களும். கான்சர்ட் அறையில் அல்ல ஒபெரா அரங்கில்தான் கவிதையின் கரு உயிர்ப்பதற்கான சாத்தியங்கள் இருக்கின்றன என்று எலியட் வாதாடினார்.

எந்த ஒரு இசை வடிவத்தையும் (உதாரணத்திற்கு அது பெரும்பாலும் பின்பற்றும் சொனாடா வடிவம்) முழுதாகக் கடைபிடிக்காமல் எலியட் தனது கவிதைக்கு இசைத்தன்மையைத் அளிப்பதற்காக இசையுத்திகளை பயன்படுத்தி அவற்றைச் சுதந்திரமாக மாற்றியமைக்கிறார். உதாரணமாக, முதல் அசைவு பொதுவாக சொனாட்டாவின் முதல் அசைவில் அறிமுகப்படுத்தப்படும் முதல் கருப்பொருள் மற்றும் இரண்டாவது கருப்போருள் போன்ற இரண்டு தொடர்புடைய கருப்பொருட்களை முரண்பாட்டில் முன்வைக்கிறது. டிரை சால்வேஜஸ்சின் முதல் அசைவில் வரும் நதி, கடல் உருவங்கள் ஒரு சிறந்த எடுத்துக்காட்டு. உங்கள் இசை ஞானத்தைப் பொறுத்து இத்தகைய ஒப்புமைகளைத் திகட்டும் வரையிலும் நீங்களும் செய்து பார்க்கலாம்: உதாரணமாக சொனாட்டா வடிவத்தில் எப்போதும் டானிக் கீயிலிருந்து தொடர்புடைய டாமினண்ட் கீயிற்கு ஒரு பேதம் நிகழ்த்தப்படும். மீண்டும் டானிக்குக்கே திரும்புகையில் அது மெலடியின் ஒரு வரி கேடன்சில் முடிவுபெற்று நிறைவளிக்கும். பர்ண்ட் நார்டனின்

ஆரம்பவரிகளின் நிதர்சனக் காலத்தை டானிக்காகவும் (முதல் இரண்டு வரிகள்) பின்னால் வரும் சாத்திய காலத்தை அதற்கு டாமினண்டாகவும் எடுத்துக் கொண்டால் (மூன்றாம் வரி) சரணம் மீண்டும் நான்காம் வரியில் நிதர்சனக் காலத்துக்குத் திரும்புவது டாமினண்டிலிருந்து டானிக்குக்குத் திரும்பும் மாடுலேஷனாக அர்த்தப்படுத்திக் கொள்ளலாம், இப்படி இசை நுணுக்கங்களைக் கொண்டு குவார்ட்டெட்ஸ்-ஐ சுவாரசியமாக அலசவும் வாய்ப்பிருக்கிறது.

மற்ற அசைவுகளில் மீட்டர், சந்தம், பேச்சுவழக்கு, தொனி போன்றவை வேறுபடுத்தப்பட்டு ஒரே கருப்பொருள் வெவ்வேறு விதங்களில் அளிக்கப்படுகிறது, இசையில் ஒரே கருப்பொருளின் திரிபுகள் (variations) அளிக்கப்படுவது போல். சில நேரங்களில் பாலங்கள் அமைக்கப்படுகின்றன, இசைப் படைப்பில் ராண்டோவுக்கு அழைத்துச் செல்லும் இணைப்புப் பகுதியைப் போல்: மூன்றாவது அசைவின் முடிவு அதைக் காட்டிலும் உணர்வும் பாட்டுத் தன்மையும் மிக்க நாலாவது அசைவிற்கு இட்டுச் செல்வது இதற்கான நல்ல உதாரணம். இசையில், முதல் அசைவில் அறிமுகப்படுத்தப்பட்ட கருப்பொருட்கள் மேலும்மேலும் பிந்தைய இயக்கங்களில் வார்த்தெடுக்கப்படுவதன் விளைவாகக் கேட்பவருக்கு ஒருவிதக் கவலை ஏற்படுகிறது. இதை ஆசுவாசப்படுத்துவதற்காகத் திரும்பத் திரும்ப ஒலிக்கும் நினைவூட்டல்களில் கருப்பொருட்களிருந்து சில அசல் இசைச் சொற்றொடர்கள் செவிப்பவருக்கு அளிக்கப்பட்டு அவரை ஆர்வத்துடன் இருக்கச் செய்கிறது. ஃபோர் குவார்ட்டெட்ஸும் இதைத் தான் செய்கிறது, சில அடிப்படைக் கருப்பொருட்களை நிறுவி அவற்றை வளர்த்து, பின்னர் அவற்றிலிருந்து விலகுவதன் மூலம்: காலம், மீள்நிகழ்வு, பிறப்பு, இறப்பு, அறிவிப்பு, ஒளியூட்டம் முதலியன... அல்லது அவற்றில் மீண்டும் மீண்டும் வரும் படிமங்களிடையே ஒரு தொடர்பை ஏற்படுத்துவது, முன்பு வந்த படிமத்துக்கு எதிர்வினையாக மற்றொரு படிமத்தைக் கட்டமைப்பது இப்படி...: *Rose, dahlia, ashes, dust, briar, yew, hedgerow, thrush, kingfisher, fire, shaft of sunlight* உடனடியாக நினைவுக்கு வருகின்றன. நான்கு குவார்டெட்ஸ்களின் முக்கிய வாதத்தை நினைவில் வைத்துக் கொண்டால், அதாவது கடந்தகாலம் நிகழில் மீட்டெடுக்கப்பட்டு,

நிகழின் அர்த்தத்தால் மெருகூட்டப்பட்டு அதன் அர்த்தமும் நோக்கமும் மாற்றியமைக்கப்படுவதை நினைவில் வைத்துக் கொண்டால், படிமங்கள் மீண்டும் மீண்டும் திரும்பி வருகையில் அவற்றின் அர்த்தப் பரிமாணங்கள் அதிகரித்துக் கொண்டே போவதை ஒருவர் எளிதில் புரிந்துகொள்ள முடியும். அவற்றின் இரு தோற்றங்களுக்கு இடையே அவற்றின்மீது அழுத்தம் செலுத்தும் கவிதையின் சுட்டுதல் களத்தின் விரிவாக்கமே அவற்றின் அர்த்தங்களை அதிகரிக்கின்றன.

ஆனால் வரிகளில் அழுத்தங்களின் (stress) மாறுபாடு (உதாரணமாக நான்கிலிருந்து ஆறுக்கோ மூன்றிற்கோ), வரிகளை நீட்டிக் குறுக்குவது, பெண்டாமீட்டரிலிருந்து மீண்டும் மீண்டும் விலகுவது, கவிதைமொழியிலிருந்து பேச்சுமொழிக்கு நிலைமாறுவது, இவ்வுத்திகளை ஒருங்கிணைத்தோ முரண்படச் செய்தோ மனமாற்றம் அல்லது உணர்வுமாற்றத்தைக் குறிக்கும் இடைவெளிகளை உருவாக்குவது, இவையே ஃபோர் குவார்ட்டெட்ஸின் மிகச் சிறந்த சாதனை எனலாம். அர்த்தமும் உணர்வும் கவிதையின் உருவத்தோடு பொருத்தப்படுவதாலேயே இது சாத்தியப்படுகிறது: உதாரணமாகக் குறைவான அழுத்தங்கள் கொண்ட வரியின் வேகம் அதன் வார்த்தைகளின் கனத்தால் குறைக்கப்படலாம், அதேபோல் மேலதிகமான அழுத்தங்கள் கொண்ட வரி அதன் வார்த்தைகளின் கனமின்மையால் துரிதப்படுத்தப்படலாம். கவிதைப் பித்தர்களுக்கு ஒரு விமர்சனப் பொக்கிஷம் காத்திருக்கிறது.

பீடோவனைப் பற்றி, அவரது அற்புதமான *Heiliger Dankgesang A minor Quartet* பற்றி, சிறிது கதைத்துவிட்டு முடித்துக் கொள்கிறேன். எலியட்டின் குவார்ட்டெட்களைப் போல் இதுவும் ஐந்து அசைவுகளால் ஆனது (வழக்கமான நான்கு அசைவுகளுக்கு மாறாக). மேலும் அதன் முக்கியமான ஹைலிகர் டாங்க்கசாங் என்ற மூன்றாவது அசைவும் ஐந்து பகுதிகளாகக் கட்டமைக்கப் பட்டிருக்கிறது. இவ்வசைவு மெதுவான மற்றும் வேகமான டெம்ப்போக்களை மாறிமாறிப் பயன்படுத்திக் கொள்கிறது. மெதுவான பகுதிகள் நிதர்சனமான நோயையும், நினைவில் மீள்நிகழ்த்தப்படும் அதன் அவஸ்தைகளையும் சுட்டுவதாக எடுத்துக் கொள்ளலாம்;

வேகமான பகுதிகள் "புது வலிமையை உணர்ந்து கொள்வது" போல் வாசிக்கப்பட வேண்டும் என்று பீடோவனே இசைக் குறிப்பில் அறிவுறுத்தியிருக்கிறார். அவற்றைப் புத்துணர்ச்சி மற்றும் நலம்பெறுதலுக்கான அடையாளங்களாக அர்த்தப்படுத்திக் கொள்ளலாம். எலியட் மீண்டும் மீண்டும் அளிக்கும் கருப்பொருட்களைப் போல் Heiliger Dankgesang-இன் அடிப்படைக் கருக்கள் முதல் பகுதியில் ஐந்து ப்ரெலூட் மற்றும் ஹிம்சாங் (Prelude / Hymnsong) ஜோடிகள் வழியே அறிமுகப்படுத்தப்படுகின்றன, முதல் பகுதியின் இறுதியில் வரும் கீ மாற்றம் இரண்டாவது பகுதியின் "புதுப்பிக்கப்பட்ட வலிமைக்கு" நம்மை அழைத்துச் செல்கிறது. ஆனால் இந்த குணமடையும் பகுதியில் நோயின் நினைவு தன்னை நிலைநாட்டிக்கொள்ள முயல்கிறது. அடுத்த பகுதியில் அதைச் செய்யவும் செய்கிறது, அதற்கேற்றாற் போல் இசையும் மீண்டும் அந்த ஐந்து ப்ரெலூட் மற்றும் ஹிம்சாங் ஜோடிகளுக்குத் திரும்புகிறது, ஆனால் இப்போது அவை திரிபுகளுடனும் முரண்பாடுகளுடனும் ஒலிக்கின்றன, எலியட்டின் படிமங்கள் திரும்பி வருகையில் கூடுதல் அர்த்தம், உணர்வுடன் திரும்புவது போல். நோய் என்பது பீடோவனுக்குப் படைப்புத்திறனுக்கான ஊற்றாகவும் இருந்தது, ஏதோ மரணத்தின் மூடும் கதவுகள் ஒரு புதிய திறப்பையும் அளிப்பதுபோல். எலியட்டின் குவார்ட்டெட்களில் வாழ்நாள் முழுதும் "புனித இறத்தலில்" ஈடுபட்டிருப்பது அவதரித்தலினூடே மாம்சமாக மாறிவிட்ட ஒற்றைச் சொல்லுடன் இணங்கும் நித்திய பிறப்புக்கான திறப்பை அளித்ததை இங்கு சிந்தித்துப் பார்க்கலாம். எலியட்டின் கவிதையில் நிகழ்வதுபோல் நம்பிக்கை (அல்லது ஆதர்சத்துக்கான அபிலாஷை) திரும்புகிறது, "காலத்தின் புள்ளிகள்" மீட்கப்பட்டு வேறு ஆற்றலுடன் வேறு விதமாகக் கட்டமைக்கப்படுகின்றன. நாம் இரண்டாவது பகுதியின் D மேஜரின் களிப்புக்குத் திரும்பிவிட்டோம். ஐந்தாவது பகுதி லிட்டில் கிடிங்கின் ஐந்தாம் அசைவைப் போல், "அனைத்தை" (All) fugal variations -களில் நினைவுகூர்கிறது. முதல் பகுதியின் எட்டு நோட்டுக்கள் "அனைத்தையும்" முழுதாகப் பயன்படுத்திக் கொண்டபின் அவற்றை முதலில் ஐந்து நோட்டுகளுக்கும் பின்னர்

படிப்படியாக மூன்று, இரண்டு என்று சுருக்கிக் கொண்டே சென்று இறுதியில் படைப்பைத் தொடங்கிய ஒற்றை F நோட்டை மட்டும் ஒலித்து நிறைவுபெறுகிறது. அனைத்தில் (All) தொடங்கி ஒன்றில் (one) முடிவதைப் பற்றி நான் முன்பு கூறியது இதற்கும் பொருந்தும்.

ஆக, என் முடிவிலும்கூட, என் தொடக்கம் உள்ளது.

- அக்டோபர் 2022.

மூலநூல்கள் / மேலும் படிக்க:

- Eliot, T.S, Collected Poems 1909-1962, Harcourt Brace, 1991
- Eliot, T.S, Selected Prose of T.S. Eliot, Harcourt Brace, 1975
- Eliot, T.S, Early Poems 1907-1910, Harvard Advocate
- Moody, A. David, Thomas Stearns Eliot poet, Cambridge, 1979
- Jain, Manju, A Critical Reading of the Selected Poems of T.S. Eliot, Oxford India, 1991
- Smith Grover, TS Eliot's Poetry & Plays, University of Chicago Press, 1971
- Spender, Stephen, T.S. Eliot, Penguin, 1975
- Gardner, Helen, The Art of T.S. Eliot, E.P. Dutton & Co Inc, 1950
- மணி, சி, எழுத்தும் நடையும், மணல்வீடு, 2017
- மணி, சி, இதுவரை, க்ரியா, 2017
- இசை, வாழ்க்கைக்கு வெளியே பேசுதல், காலச்சுவடு, 2018
- எலியட், டிஎஸ், பாழ்நிலம், வர்த்தமான மகாவீரன் மொழிபெயர்ப்பு, உள்ளுறை இதழ் 3, நவம்பர்-டிசம்பர் 2009